คำนิยม โดย จอห์น แมคอาเธอร์

ผู้เบิกทาง แห่ง ความเชื่อ

13 บทเรียนเพื่อที่จะเข้าใจและเข้าถึงพื้นฐานสำคัญ
ของประวัติศาสตร์คริสตจักร

Forerunners of the Faith

13 Lessons to Understand and Appreciate
The Basics of Church History

นาธาน บูเซนิตซ์
Nathan Busenitz

เกรซ บรรณสาร
เชียงใหม่ ประเทศไทย
www.GraceBannasan.com

TMAI

ผู้เบิกทางแห่งความเชื่อ
Forerunners of the Faith

เกรซบรรณสาร
Grace Bannasan
บ้านเลขที่ 10 หมู่ 1
ต.ตลาดใหญ่ อ.ดอยสะเก็ด
จ.เชียงใหม่ 50220
โทรศัพท์ 098-757-3257
gracebannasan@gmail.com
hisbygrace@me.com
www.gracebannasan.com

พิมพ์ในประเทศไทย
Printed in Thailand.

จัดพิมพ์โดย เกรซ บรรณสาร/Grace Bannasaan
โครงการภายใต้มูลนิธิมหกิจพระคุณของแบ๊บติสต์ในประเทศไทย

พระคัมภีร์ทั้งหมดคัดลอกมาจากพระคัมภีร์ไทย ฉบับ 1971
All scriptures taken from the TH1971 (Thai Version 1971)
Scripture quotations used by permission from the Thailand Bible Society.

เผยแพร่ครั้งแรกเป็นภาษาอังกฤษภายใต้ชื่อ Forerunners of the Faith หนังสือเล่มนี้ได้รับการตีพิมพ์ครั้งแรกในสหรัฐอเมริกาโดย Moody Publishers, 820 N. LaSalle Blvd, Chicago, IL 60610.

© 2020 by Nathan Busenitz. Translated by Permission. แปลโดยได้รับอนุญาต.

ผู้แปล: วิทย์ ประสมปลื้ม (Translator: Wit Prasampluem)

ข้อมูลทางบรรณานุกรมของหอสมุดแห่งชาติ
National Library of Thailand Cataloging in Publication Data

บูเซนิทซ์, นาธาน.
ผู้เบิกทางแห่งความเชื่อ = Forerunners of the faith.-- เชียงใหม่ : มูลนิธิมหกิจพระคุณของแบ๊บติสต์ใน.
ประเทศไทย, 2567.
114 หน้า.

1. ความเชื่อ -- แง่ศาสนา -- คริสต์ศาสนา. I. วิทย์ ประสมปลื้ม, ผู้แปล. II. ชื่อเรื่อง.

The Master's Academy International
TMAI Edition ISBN: 978-1-967358-21-2

เกรซ บรรณสาร
10 ม.1 ต.ตลาดใหญ่ อ.ดอยสะเก็ด จ.เชียงใหม่ 50220
10 Moo 1, TaladYai, Doi Saket, Chiang Mai 50220
โทร 098-757-3257 gracebannasan@gmail.com
www.GraceBannasan.com

THE MASTER'S ACADEMY INTERNATIONAL

สารบัญ

คำนำ

โดย จอห์น แมคอาเธอร์

ประวัติศาสตร์คริสตจักรเริ่มต้นและสิ้นสุดลงด้วยพระเยซูคริสต์ ตั้งแต่เริ่มต้นจนสิ้นสุด ยุคสมัยของคริสตจักรถูกแบ่งช่วงโดยการเสด็จมาครั้งแรกและครั้งที่สองของพระองค์ การเสด็จขึ้นสู่สวรรค์ของพระองค์และการทรงส่งพระวิญญาณมาในวันเพ็นเทคอสต์เป็นหมุดหมายเริ่มต้นของประวัติศาสตร์คริสตจักร การเสด็จกลับมาเพื่อเจ้าสาวของพระองค์จะเป็นการปิดฉากยุคสมัยของคริสตจักร

พระเยซูไม่เพียงแต่กำหนดขอบเขตของประวัติศาสตร์คริสตจักร แต่พระองค์ยังทรงเป็นจุดสนใจสูงสุดของทุกช่วงแห่งประวัติศาสตร์ดังกล่าว พระคริสต์ทรงเป็นศีรษะของคริสตจักรและองค์เจ้านายแห่งประวัติศาสตร์ ดังนั้น ทั้งคริสตจักรและประวัติศาสตร์คริสตจักรดำรงอยู่เพื่อยกย่องพระเกียรติของพระองค์ ในวันหนึ่งคริสตจักรบนโลกจะชุมนุมกันบนสรวงสวรรค์และกาลเวลาโดยตัวมันเองจะถูกปิดฉากลงด้วยนิรันดร์กาล จะไม่มีประวัติศาสตร์คริสตจักรอีกต่อไป แต่วัตถุประสงค์แห่งการสรรเสริญที่ทรงบัญญัติไว้เพื่อคริสตจักรจะดำรงอยู่ตลอดไป เมื่อบรรดาธรรมิกชนจากทุกชนชาติและทุกภาษายกเสียงของพวกเขาขึ้นสรรเสริญพระเมษโปดกอย่างไม่สิ้นสุด

หากวางกรอบอย่างเหมาะสม การสำรวจประวัติศาสตร์คริสตจักรเพ่งจุดสนใจไปที่องค์พระเยซูเจ้า มันนำให้เราจับตามองที่พระองค์ (ฮีบรู 12:2) ประวัติศาสตร์คริสตจักรเป็นพยานถึงทั้งพระราชกิจและพระวจนะของพระองค์ และก่อให้เกิดการนมัสการที่แท้จริงตามมา เราได้เห็นความจริงแห่งพระราชกิจช่วยให้รอดของพระคริสต์ เปลี่ยนแปลงชีวิตคนรุ่นแล้วรุ่นเล่าอย่างถึงรากถึงโคนโดยฤทธิ์อำนาจแห่งข่าวประเสริฐ เราได้เห็นสิทธิอำนาจของพระวจนะมีชัยเหนือบรรดาความเชื่อผิด ๆ ของพวกนอกรีตและหลักปรัชญาอันกลวงเปล่า เมื่อสิทธิอำนาจนั้นครอบครองความเชื่อและความประพฤติของผู้ที่ทรงไถ่ไว้ นอกจากนี้ เรายังได้เห็นการตอบสนองอย่างกึกก้อง เมื่อประชากรของพระองค์กลับมาร่วมชุมนุมกันในการสรรเสริญและขอบพระคุณ ห้องโถงแห่งประวัติศาสตร์คริสตจักรกึกก้องไปด้วยการนมัสการของผู้ที่ทรงไถ่ไว้ นับตั้งแต่ยุคสมัยของอัครทูตจนถึงปัจจุบัน

หนังสือ*ผู้เบิกทางแห่งความเชื่อ* มอบความรู้เบื้องต้นเกี่ยวกับประวัติศาสตร์คริสตจักรที่น่าดึงดูดและเข้าใจง่าย แต่มันทำมากกว่าแค่การนำเสนอข้อมูลอย่างชัดเจนและเรียบง่าย โดยอาศัยเลนส์ตามพระคัมภีร์ หนังสือ**ผู้เบิกทางแห่งความเชื่อ** นำสายตาของผู้อ่านให้มองไปไกลกว่าเหตุการณ์และบุคคลต่าง ๆ ในอดีต โดยวางจุดสนใจไปที่องค์พระเยซูเจ้า—พระราชกิจ พระวจนะ และการนมัสการที่พระองค์ทรงคู่ควร ไม่ว่าคุณจะเริ่มการเดินทางค้นหานี้ด้วยตัวเองหรือเป็นส่วนหนึ่งของกลุ่ม คุณจะกลับออกไปด้วยความรู้สึกยำเกรงและอัศจรรย์อย่างมากเกี่ยวกับทุกสิ่งที่พระเจ้าได้ทรงกระทำในห้วงเวลาหลายร้อยปีในการสร้างคริสตจักรของพระองค์

ทุกวันนี้มีผู้เชื่อมากมายที่ยังขาดความรู้เกี่ยวกับประวัติศาสตร์ของตนเองในฐานะอวัยวะหนึ่งของพระกายของพระคริสต์ บางคนอาจเพราะไม่แยแส ไม่ตระหนักรู้ถึงตัวอย่างที่สัตย์ซื่อและบทเรียนสำคัญต่าง ๆ ที่รอให้พวกเขาค้นคว้าหาพบ คนอื่น ๆ อาจเพราะรู้สึกกลัว หวั่นเกรงว่าการศึกษาเรื่องนี้อาจนำไปสู่ความเชื่อที่ผิดและความสับสน หนังสือ**ผู้เบิกทางแห่งความเชื่อ** ตัดผ่านม่านหมอกด้วยความกระจ่างชัดตามหลักพระคัมภีร์และความเกี่ยวเนื่องในทางปฏิบัติ ไม่ว่าคุณจะยังใหม่ต่อประเด็นนี้หรือร้อนรนที่จะฟื้นฟูความซาบซึ้งใจในความรุ่มรวยของรากเหง้าคริสเตียนของคุณ คุณมาถูกทางแล้ว การเดินทางอันทรงพลังและเป็นที่เทิดทูนพระคริสต์กำลังรอคุณอยู่ในหน้าต่าง ๆ ถัดจากนี้

บทนำ

ทำไมต้องศึกษาประวัติศาสตร์คริสตจักร?
เหตุผลที่คริสเตียนทุกคนควรจะสนใจเกี่ยวกับอดีต

I. บทนำ

ในฐานะศาสตราจารย์ด้านประวัติศาสตร์คริสตจักร ผมพบความท้าทายเป็นประจำในการชังจูงให้นักศึกษาสนใจในวิชาที่แรกเริ่มอาจไม่คุ้นเคยหรือดูไม่น่าสนใจ แม้ว่าจะมีความเข้าใจผิดต่างๆ นานา แต่ประวัติศาสตร์คริสตจักรไม่ใช่ทั้งเรื่องที่น่าเบื่อหรือล้าสมัย มันเป็นอะไรที่มากกว่าชื่อผู้คน วันที่ เส้นเวลา และแผนภูมิต่างๆ

แรกเริ่มนักศึกษาบางคนอาจคิดว่า *ฉันเกลียดวิชาประวัติศาสตร์* อาจจะใช่ แต่การศึกษาประวัติศาสตร์คริสตจักรหาใช่เรื่อง *ประวัติศาสตร์เป็นหลัก* แต่มันเกี่ยวกับคริสตจักร, เจ้าสาวของพระคริสต์, สถาบันที่ล้ำค่าที่สุดของโลก มันเกี่ยวกับสิ่งที่พระเจ้าได้ทรงกระทำและทรงกระทำอยู่บนโลกนี้ในตลอดสองพันปีที่ผ่านมา และนั่นหมายความว่ามันควรจะมีความหมายต่อผู้เชื่อทุกคน

นักศึกษาคนอื่นๆ อาจสงสัยว่าทำไมพวกเขาควรศึกษาประวัติศาสตร์หากจุดสนใจหลักของเราควรจะอยู่ที่การศึกษา *พระคัมภีร์* แน่นอน อาหารประจำวันฝ่ายวิญญาณของคริสเตียนควรจะประกอบด้วยพระวจนะอันเป็นน้ำนมที่ไร้สิ่งเจือปน (1 เปโตร 2:1-3) อย่างไรก็ตาม การศึกษาประวัติศาสตร์คริสตจักรเป็นเพียงแบบฝึกหัดหนึ่งที่อุดมคุณค่าและมีประโยชน์ มันไม่มีวันแทนที่การศึกษาพระคัมภีร์ แต่สามารถเสริมได้ ดังที่คุณได้เรียนรู้จากบรรดาผู้เชื่อรุ่นก่อนๆ ที่ได้ศึกษาและประยุกต์ใช้ความจริงตามพระคัมภีร์อย่างสัตย์ซื่อ

เพื่อความเข้าใจที่ตรงกัน พระวจนะของพระเจ้าเป็นสิทธิอำนาจสูงสุดเหนือประวัติศาสตร์คริสตจักร แต่การศึกษาประวัติศาสตร์คริสตจักร (เมื่อประเมินผ่านเลนส์ของพระคัมภีร์) เป็นแบบฝึกหัดยืนยันความเชื่อ ผมได้ประสบกับความจริงนั้นด้วยตนเอง ยิ่งผมสำรวจประวัติศาสตร์คริสตจักรลึกมากเท่าไหร่ ผมยิ่งรู้สึกซาบซึ้งถึงฤทธิ์อำนาจสิทธิอำนาจของพระวจนะของพระเจ้ามากขึ้นเท่านั้น—เพราะผมได้เห็นฤทธิ์อำนาจดังกล่าวปรากฏอย่างแจ่มชัดในคำพยานของบรรดาผู้เชื่อรุ่นก่อนๆ

เมื่อผมถูกถามว่าทำไมวิชาประวัติศาสตร์คริสตจักรถึงสำคัญมาก หากผมมีเพียงหนึ่งหรือสองนาทีในการตอบคำถาม ผมมักจะเน้นในสามประเด็นดังต่อไปนี้ โดยใช้ตัวย่อ ABC *A* **ย่อมาจาก** _____ ผู้เชื่อยุคปัจจุบันควรให้ความสนใจประวัติศาสตร์คริสตจักรเนื่องจากมันจะช่วยให้พวกเขารักษาตัวให้พ้นจากคำสอนเทียมเท็จ การศึกษาประวัติศาสตร์คริสตจักรช่วยให้เราเข้าใจว่า ขบวนการเทียมเท็จต่างๆ เกิดขึ้นได้อย่างไร และผู้เชื่อในอดีตหักล้างพวกเขาอย่างไร *B* **ย่อมาจาก** _____ ห้องโถงใหญ่แห่งประวัติศาสตร์คริสตจักรเต็มไปด้วยเรื่องราวชีวิตที่ทรหดของชายและหญิงที่สัตย์ซื่อผู้ได้เสียสละอย่างยิ่งใหญ่เพื่อติดตามพระคริสต์ การเป็นตัวอย่างของพวกเขากระตุ้นให้เราดำเนินชีวิตสมกับข่าวประเสริฐ *C* **ย่อมาจาก** _____ การศึกษาประวัติศาสตร์คริสตจักรให้คำตอบแก่คำถามมากมายและสำแดงให้เราเห็นจุดเชื่อมโยงต่างๆ ที่สำคัญ ประวัติศาสตร์คริสตจักรอธิบายว่าคริสตศาสนจักรดำเนินมาถึงจุดที่เป็นอยู่ ณ ปัจจุบันได้อย่างไร วิถีปฏิบัติหรือขบวนการต่างๆ พัฒนามาอย่างไร? ทำไมสิ่งต่างๆ ถึงเป็นแบบที่มันเป็นอยู่? ประวัติศาสตร์คริสตจักรช่วยเราค้นหาคำตอบแก่ชุดคำถามเหล่านั้น

II. สิบเหตุผลที่ต้องศึกษาประวัติศาสตร์คริสตจักร[1]

เมื่อเรามีเวลามากขึ้นเล็กน้อยที่จะตอบคำถามว่า "ทำไมประวัติศาสตร์คริสตจักรถึงสำคัญ?" เราสามารถระบุได้สิบเหตุผล ซึ่งเป็นส่วนขยายจากสามประเด็นที่ได้กล่าวไปแล้วข้างต้น

1. **การศึกษาประวัติศาสตร์คริสตจักรมีความสำคัญ เพราะว่าคริสเตียนร่วมสมัยส่วนใหญ่ไม่มีความรู้เกี่ยวกับเรื่องนี้มากเท่าไหร่ แต่พวกเขาควรจะรู้**

2. **เพราะว่าพระเจ้าทรงดำเนินพระราชกิจในประวัติศาสตร์ ในทางเดียวกัน ประวัติศาสตร์เป็นคำพยานถึงการทรงจัดเตรียมของพระเจ้า**

    อิสยาห์ 46:9-10—"จงจำสิ่งที่ล่วงเลยมานานแล้ว เพราะเราเป็นพระเจ้า และไม่มีผู้อื่นอีก เราเป็นพระเจ้า และไม่มีใครเป็นเหมือนเรา ผู้แจ้งตอนจบให้ทราบตั้งแต่เริ่มต้น และแจ้งสิ่งที่ยังไม่ได้ทำนั้นให้ทราบตั้งแต่อดีตกาล ทั้งกล่าวว่า 'แผนงานของเราจะยั่งยืน และเราจะทำทุกสิ่งตามความประสงค์ของเรา'"

3. **เพราะว่าพระเยซูเจ้าตรัสว่า พระองค์จะทรงสร้างคริสตจักร การศึกษาประวัติศาสตร์คือการมองเห็นพระสัญญาของพระองค์ค่อย ๆ คลี่คลาย**

    มัทธิว 16:15-18- "[พระเยซู] ตรัสถามเขาทั้งหลายว่า 'แล้วพวกท่านว่าเราเป็นใคร?' ซีโมนเปโตรทูลตอบว่า 'พระองค์เป็นพระคริสต์พระบุตรของพระเจ้าผู้ทรงพระชนม์อยู่' พระเยซูตรัสกับเขาว่า 'ซีโมนบุตรโยนาห์เอ๋ย ท่านก็เป็นสุข เพราะมนุษย์ไม่ได้เปิดเผยเรื่องนี้แก่ท่าน แต่พระบิดาของเราผู้สถิตในสวรรค์ทรงเปิดเผยให้ทราบ เราบอกท่านว่าท่านคือเปโตร และบนศิลานี้ เราจะสร้างคริสตจักรของเราไว้และพลังแห่งความตายจะมีชัยต่อคริสตจักรไม่ได้'"

4. **เพราะว่าประวัติศาสตร์คริสตจักรเป็นประวัติศาสตร์ของพวกเรา ในฐานะผู้เชื่อ เราเป็นอวัยวะของพระกายของพระคริสต์ และเป็นอวัยวะของเจ้าสาวของพระคริสต์**

    1 โครินธ์ 12:12, 27 – "เพราะว่า เหมือนกับร่างกายเดียวที่มีหลายๆ อวัยวะ และอวัยวะทั้งหมดของร่างกายนั้นแม้จะมีหลายส่วนก็ยังเป็นร่างกายเดียว พระคริสต์ก็ทรงเป็นเช่นนั้น ...ส่วนท่านทั้งหลายเป็นกายของพระคริสต์และแต่ละอวัยวะก็เป็นส่วนหนึ่งของกายนั้น

    เอเฟซัส 5:25-27—"ส่วนสามีก็จงรักภรรยาของตน เหมือนพระคริสต์ทรงรักคริสตจักร และประทานพระองค์เองเพื่อคริสตจักร เพื่อจะทำให้คริสตจักรบริสุทธิ์โดยการชำระด้วยน้ำและพระวจนะ เพื่อพระองค์จะได้คริสตจักรที่มีศักดิ์ศรี ไม่มีด่างพร้อย ริ้วรอย หรือมลทินใดๆ เลย แต่บริสุทธิ์ปราศจากตำหนิ"

5. **เพราะว่าบางหลักคำสอนได้รับการปกป้องและส่งต่อโดยผู้เชื่อที่สัตย์ซื่อรุ่นก่อน ๆ ตลอดประวัติศาสตร์**

    2 ทิโมธี 2:2 - "จงมอบคำสอนเหล่านั้นซึ่งท่านได้ยินจากข้าพเจ้าต่อหน้าพยานหลาย ๆ คนไว้กับบรรดาคนซื่อสัตย์ที่สามารถสอนคนอื่นได้ด้วย"

6. **เพราะว่า เช่นเดียวกับที่เราได้รับการหนุนใจโดยประวัติศาสตร์แห่งความจริง เรายังถูกเตือนให้ระวังโดย**

ประวัติศาสตร์แห่งความผิดพลาด สิ่งนี้จะทำให้เรามีความพร้อมในฐานะนักปกป้องความเชื่อ

> **1 เปโตร 3:15** - "จงเคารพนับถือพระคริสต์ว่าเป็นองค์พระผู้เป็นเจ้า จงเตรียมพร้อมเสมอ ที่จะอธิบายกับทุกคน ที่ขอทราบเหตุผลเกี่ยวกับความหวังของพวกท่าน แต่จงตอบด้วยความสุภาพอ่อนโยนและด้วยความนับถือ"

7. เพราะว่าเรามีสิ่งที่เรียนรู้ได้อีกมากมายจากบรรดาผู้ที่ดำเนินชีวิตไปกับพระเจ้า (โปรดดู ฮบ. 11)

> **ฮีบรู 12:1-2a** – "เพราะฉะนั้น เมื่อเรามีพยานมากมายอยู่รอบข้างอย่างนี้แล้วก็ขอให้เราละทิ้งทุกอย่างที่ถ่วงอยู่ และบาปที่เกาะแน่น ขอให้เรายังคงวิ่งแข่งด้วยความทรหดอดทนในการแข่งขันที่อยู่ข้างหน้าเรา 2โดยจับตามอง ที่พระเยซูผู้เบิกทางความเชื่อ และผู้ทรงทำให้ความเชื่อนั้นสมบูรณ์"

8. เพราะว่าดังที่เราสามารถเรียนรู้จากตัวอย่างดี ๆ ของคริสเตียนผู้สัตย์ซื่อ (ดูเหตุผลข้อ 7) ในทางเดียวกันเรามี สิ่งที่เรียนรู้ได้อีกมากมายจากบรรดาผู้ที่ล้มเหลวในหลาย ๆ ช่วงของประวัติศาสตร์

> **1 โครินธ์ 10:6** - "เหตุการณ์เหล่านี้เป็นเครื่องเตือนใจเราไม่ให้ปรารถนาสิ่งชั่วเหมือนเขาทั้งหลาย"

9. เพราะว่าการเรียนรู้อดีตช่วยให้เราเข้าใจแหล่งข้อมูลต่าง ๆ โอกาสต่าง ๆ และเสรีภาพที่เรามีอยู่ในปัจจุบัน

> **ลูกา 12:48** – "คนที่ได้รับมาก จะต้องเรียกเอาจากคนนั้นมาก และคนที่ได้รับฝากไว้มาก ก็จะต้องทวงเอาจาก คนนั้นมาก"

10. เพราะว่าประวัติศาสตร์ทำให้ผู้เชื่อคริสเตียนในศตวรรษที่ 21 มีมุมมองที่ถูกต้องเกี่ยวกับตำแหน่งแห่งที่ของตน ในยุคคริสตจักร

III. เริ่มต้นเข้าสู่บทเรียน

เมื่อเราได้รับรู้เหตุผลว่าทำไมการศึกษาอดีตถึงสำคัญแล้ว ตอนนี้คุณพร้อมแล้วที่จะเริ่มออกเดินทางผ่านห้วงเวลาสองพันปี ของประวัติศาสตร์คริสเตียน

ทั้งนี้ พึงตระหนักว่าชุดบทเรียน 13 บทเรียนนี้สามารถสอนเราแค่เพียงผิวเผินเกี่ยวกับทุกสิ่งที่พระเจ้าได้ทรงกระทำในช่วง สองสหัสวรรษที่ผ่านมา

เป้าหมายของบทเรียนเหล่านี้มีสามประการ: (1) เพื่อทำให้คุณได้รู้จักบุคคลและเหตุการณ์สำคัญต่างๆ ในประวัติศาสตร์ คริสตจักร, (2) เพื่อนำเสนอกรอบคิดพื้นฐานเชิงประวัติศาสตร์เพื่อใช้ทำความเข้าใจประวัติศาสตร์คริสตจักร, และ (3) เพื่อ หนุนใจคุณทางความเชื่อโดยการนำเสนอภาพรวมของสิ่งที่พระเจ้าได้ทรงกระทำในยุคก่อนๆ

ส่วนที่ I

ยุคอัครทูต

ศตวรรษที่ 1

บทที่ 1

กรอบความคิดตามหลักพระคัมภีร์

การระบุเสาหลักแห่งความเชื่อ

ข้อพระคำหลัก : 2 ทิโมธี 1:13-14

"จงประพฤติตามแบบอย่างของคำสอนที่ถูกต้องที่ท่านได้ยินจากข้าพเจ้า ด้วยความเชื่อและความรักซึ่งมีอยู่ในพระเยซูคริสต์ จงรักษาสิ่งประเสริฐที่ทรงมอบไว้แก่ท่าน โดยพึ่งพระวิญญาณบริสุทธิ์ผู้สถิตภายในเรา"

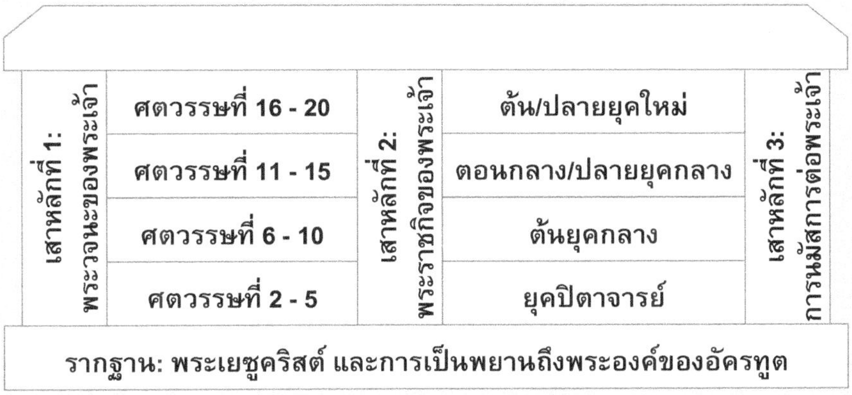

เสาหลักที่ 1: พระวจนะของพระเจ้า
ศตวรรษที่ 16 - 20
ศตวรรษที่ 11 - 15
ศตวรรษที่ 6 - 10
ศตวรรษที่ 2 - 5
เสาหลักที่ 2: พระราชกิจของพระเจ้า
ต้น/ปลายยุคใหม่
ตอนกลาง/ปลายยุคกลาง
ต้นยุคกลาง
ยุคปิตาจารย์
เสาหลักที่ 3: การนมัสการต่อพระเจ้า
รากฐาน: พระเยซูคริสต์ และการเป็นพยานถึงพระองค์ของอัครทูต

I. การจินตนาการภาพคริสตจักรเป็นตึกหลังหนึ่ง

- หนึ่งในสิ่งเปรียบเทียบในพันธสัญญาใหม่สำหรับคริสตจักรก็คือ ภาพตัวอาคาร พระเยซูเองทรงสัญญาที่จะสร้างคริสตจักรของพระองค์ และรับประกันว่าคริสตจักรจะไม่มีวันเสื่อมสูญ (โปรดดู มธ. 16:18)
- พระคัมภีร์เล็งถึงพระคริสต์ (และความจริงเกี่ยวกับพระองค์) ว่าทรงเป็นรากฐานของคริสตจักร

1 โครินธ์ 3:9-11— "เพราะว่าเราร่วมกันทำงานเพื่อพระเจ้า ท่านทั้งหลายเป็นไร่นาของพระเจ้า และเป็นตึกของพระองค์ . . . . เพราะว่าใครจะมาวางรากอื่นอีกไม่ได้แล้ว นอกจากที่วางไว้แล้วคือพระเยซูคริสต์"

เอเฟซัส 2:19-22— "เพราะฉะนั้น พวกท่านจึงไม่ใช่คนนอกและคนต่างด้าวอีกต่อไป แต่เป็นพลเมืองเดียวกับบรรดาธรรมิกชน และเป็นครอบครัวของพระเจ้า ท่านทั้งหลายถูกก่อร่างสร้างขึ้นบนรากฐานของบรรดาอัครทูตและบรรดาผู้เผยพระวจนะ มีพระเยซูคริสต์เป็นศิลาหัวมุม ในพระองค์นั้นทุกส่วนของโครงสร้างถูกเชื่อมต่อกันและเจริญขึ้นเป็นวิหารอันบริสุทธิ์ในองค์พระผู้เป็นเจ้า และในพระองค์นั้น พวกท่านก็กำลังถูกก่อร่างสร้างขึ้นด้วยกันให้เป็นที่สถิตของพระเจ้าโดยพระวิญญาณ"

1 เปโตร 2:4-5—"จงมาหาพระองค์ พระศิลาที่มีชีวิต ที่แม้ถูกมนุษย์ปฏิเสธแล้ว แต่กลับเป็นศิลาที่ทรงเลือกสรรและล้ำค่าในสายพระเนตรพระเจ้า และพวกท่านเองเป็นดังศิลาที่มีชีวิต จงรับการสร้างขึ้นเป็นพระนิเวศฝ่ายวิญญาณ"

มัทธิว 7:24-25—"เพราะฉะนั้น ทุกคนที่ได้ยินคำเหล่านี้ของเราและประพฤติตาม ก็เปรียบเสมือนผู้ที่มีสติปัญญาสร้างบ้านของตนไว้บนศิลา แล้วฝนก็ตกและน้ำก็ไหลเชี่ยว ลมก็พัดปะทะบ้านนั้น แต่บ้านไม่ได้พังลง เพราะว่ารากตั้งอยู่บนศิลา"

11

จดบันทึก: _____

_____

_____

_____

_____

❖ **สำหรับการอภิปราย:** โปรดอ่าน 1 โครินธ์ 3:16–17 คำอธิบายของเปาโลเกี่ยวกับคริสตจักรเมืองโครินธ์สอดคล้องกับ
การเปรียบเทียบเป็นตัวอาคารอย่างไร? อะไรคือผลที่ตามมาสำหรับผู้สอนเทียมเท็จที่พยายามจะทำลายคริสตจักร?

II. สามเสาของหลักคำสอน

▶ หลังจากศึกษาการเปรียบเทียบเป็นตัวอาคาร เราอาจถามว่า "เสาหลักคำสอนที่สำคัญ ซึ่งกำหนดความเชื่อดั้งเดิมตาม
พระคัมภีร์และนิยามลักษณะเด่นของคริสตจักรแท้ มีอะไรบ้าง?"

▶ พันธสัญญาใหม่ระบุหลักคำสอนเหล่านี้ว่าเป็นสามเสาหลัก

▶ คริสตจักรแท้มีลักษณะเด่นอยู่ที่การยึดถืออุทิศดังต่อไปนี้:

1. _____ คริสตจักรแท้จะเพ่งมองพระคัมภีร์ในฐานะสิทธิอำนาจสูงสุด
สำหรับหลักคำสอน (จะเชื่ออะไร) และวิถีปฏิบัติ (จะใช้ชีวิตอย่างไร) ผู้ติดตามพระเยซูยอมจำนนต่อพระองค์
ด้วยการเชื่อฟังพระวจนะของพระองค์ (ยอห์น 10:27)

2. _____ คริสตจักรแท้จะเข้าใจว่า พระราชกิจในการทรงไถ่ของพระคริสต์
ได้ทำให้ทุกปัจจัยที่จำเป็นสำหรับความรอดบรรลุผลแล้ว คนบาปถูกนับว่าเป็นผู้ชอบธรรมด้วยพระคุณของพระเจ้า
ผ่านทางความเชื่อในพระคริสต์ นอกเหนือจากคุณความดีหรือการกระทำของพวกเขา

3. _____ คริสตจักรแท้จะนมัสการพระเจ้าตรีเอกานุภาพ (พระบิดา
พระบุตร และพระวิญญาณบริสุทธิ์) ด้วยจิตวิญญาณ (ความบริสุทธิ์ของการนมัสการ) และด้วยความจริง
(ความบริสุทธิ์ของหลักคำสอน) คริสตจักรแท้จะปฏิเสธรูปแบบการนมัสการที่เทียมเท็จ และไม่ยอมรับสิ่งใดๆ
ที่อาจบิดเบือนหรือทำให้คริสตจักรไขว้เขวไปจากการนมัสการพระเจ้าด้วยใจจริง

ก. สิทธิอำนาจสูงสุดของพระวจนะของพระเจ้า

▶ คริสตจักรแท้จะน้อมรับและยอมจำนนเชื่อฟังพระวจนะของพระเจ้า

2 ทิโมธี 3:16-17— "พระคัมภีร์ทุกตอนได้รับการดลใจจากพระเจ้า และเป็นประโยชน์ในการสอน การตักเตือนว่า
กล่าว การแก้ไขสิ่งผิด และการอบรมในความชอบธรรม เพื่อคนของพระเจ้าจะมีความสามารถและพรักพร้อมเพื่อ
การดีทุกอย่าง"

มาระโก 7:5-13— "พวกฟาริสีกับพวกธรรมาจารย์จึงทูลถามพระองค์ว่า 'ทำไมพวกสาวกของท่านไม่ประพฤติตาม
คำสอนที่ตกทอดมาจากบรรพบุรุษ แต่กลับรับประทานอาหารด้วยมือที่เป็นมลทิน?' พระองค์ตรัสตอบพวกเขาว่า
'อิสยาห์พยากรณ์ถึงพวกท่านคนหน้าซื่อใจคด ก็ถูกต้องแล้วตามที่เขียนไว้ว่า

‘ชนชาตินี้ให้เกียรติเราแต่ปาก
ใจของพวกเขาห่างไกลจากเรา
พวกเขานมัสการเราโดยเปล่าประโยชน์
เพราะเอากฎเกณฑ์ของมนุษย์มาสอนว่าเป็นพระดำรัสสอน’

พวกท่านละทิ้งพระบัญญัติของพระเจ้า และกลับไปยึดถือถ้อยคำของมนุษย์ที่สอนต่อๆ กันมา’

พระองค์ตรัสกับพวกเขาว่า ‘วิเศษจริงนะ ที่พวกท่านได้ละทิ้งพระบัญญัติของพระเจ้า เพื่อจะได้ยึดถือคำสอนที่รับมาจากบรรพบุรุษ . . . , พวกท่านจึงทำให้พระวจนะของพระเจ้าเป็นโมฆะด้วยคำสอนจากบรรพบุรุษที่พวกท่านรับและสอนต่อๆ กันมา และพวกท่านก็ทำสิ่งคล้ายๆ กันนี้อีกหลายสิ่ง”

จดบันทึก: ______________________________

____

____

____

____

❖ **สำหรับการอภิปราย:** โปรดอ่าน ยอห์น 10:27 ตามข้อพระคัมภีร์ข้อนั้น อะไรคือหนึ่งในเครื่องหมายสำคัญของผู้ติดตามพระเยซู? เราควรจะประยุกต์ใช้ความจริงนั้นอย่างไรต่อคริสตจักรและความสัมพันธ์ของคริสตจักรกับพระวจนะของพระคริสต์ (คส. 3:16-17)?

แล้วธรรมเนียมของพวกอัครทูตล่ะจะว่าอย่างไร?[1]

▶ เพื่อที่จะตอบคำถามข้างต้น ขอให้พิจารณาสี่ประเด็นดังต่อไปนี้:

1. คำว่า “tradition” (ธรรมเนียม) มาจากคำหนึ่งในภาษากรีกที่แปลว่า ______________ คำในภาษาละติน *traditio* แปลว่า ______________ และเราได้คำว่า *tradition* ในภาษาอังกฤษมาจากคำในภาษาละตินนั่นเอง

จดบันทึก: ______________________________

____

____

2. ธรรมเนียมของพวกอัครทูตได้รับการปกปักษ์รักษาให้เราในงานเขียนของ ______________

จดบันทึก: ______________________________

____

____

3. ผู้เชื่อได้รับคำสั่งสอน โดยพันธสัญญาใหม่ ให้ตรวจประเมินทุกคำสอนและธรรมเนียมปฏิบัติต่าง ๆ ด้วย _____

_____

โคโลสี 2:8— "อย่าให้ใครทำให้พวกท่านตกเป็นทาสด้วยหลักปรัชญา และคำหลอกลวงที่เหลวไหลตามตำนานของมนุษย์"

จดบันทึก: _____

_____

_____

4. คริสตจักรยุคแรกมองงานเขียนของอัครทูตว่า เป็น _____ มาแต่แรกเริ่ม พวกเขาเข้าใจว่า คำสอนสืบทอดใด ๆ ที่ไม่เป็นไปตามพระคัมภีร์จะต้องถูกตรวจประเมินโดยอาศัยพระคัมภีร์เป็นมาตรฐาน

▶ เรามีตัวอย่างมากมายจากประวัติศาสตร์คริสตจักรยุคแรกที่สามารถนำมาใช้สร้างความกระจ่างต่อประเด็นนี้ ขอให้พิจารณาจากสองตัวอย่างต่อไปนี้:

อิเรเนอุส (ศตวรรษที่ 130-202): "เราได้เรียนรู้แผนงานแห่งความรอดของเราไม่ใช่จากใครอื่น แต่จากบรรดาผู้ที่ข่าวประเสริฐได้ไหลผ่านเพื่อส่งต่อมาถึงเรา [นั่นเป็นการกล่าวถึงพวกอัครทูต], ซึ่งในช่วงหนึ่งพวกเขาได้ประกาศมันในที่สาธารณะ, และในยุคต่อมา (โดยน้ำพระทัยของพระเจ้า) ส่งต่อให้เรา [คำกริยาของคำว่า 'tradition' หรือธรรมเนียม] ในพระคัมภีร์ เพื่อให้เป็นพื้นฐานและเสาหลักของความเชื่อของเรา"[2]

บาซิล (ศตวรรษที่ 330-379): "ข้าพเจ้าไม่ถือว่าเป็นเรื่องยุติธรรม ที่ขนบ [หรือธรรมเนียม] ซึ่งได้มาท่ามกลางพวกสาวกเหล่านั้นสมควรได้รับการยอมรับว่าเป็นข้อบัญญัติและกฎของความเชื่อดั้งเดิม หากขนบธรรมเนียมจะถูกใช้ในการพิสูจน์ว่าสิ่งใดถูกต้อง มันย่อมเพียงพอสำหรับผมที่จะนำเสนอขนบธรรมเนียมที่เกิดขึ้นที่นี่ในฝั่งของผม หากพวกเขาปฏิเสธ เป็นที่ชัดเจนว่าเราไม่จำเป็นต้องทำตามพวกเขา ดังนั้น ขอให้พระคัมภีร์ซึ่งได้รับการดลใจจากพระเจ้าตัดสินเรื่องระหว่างเรา โดยที่ฝ่ายใดก็ตามพบว่ามีหลักคำสอนที่สอดคล้องกับพระวจนะของพระเจ้า ฝ่ายนั้นย่อมได้รับคะแนนเสียงสนับสนุนว่าเป็นสัจจะความจริง"[3]

จดบันทึก: _____

_____

_____

▶ สรุปก็คือ คริสตจักรแท้ยอมจำนนเชื่อฟังพระวจนะของพระเจ้าในฐานะสิทธิอำนาจสูงสุด เหนือกว่าแม้กระทั่งธรรมเนียมปฏิบัติทางศาสนา

❖ **สำหรับการอภิปราย:** คุณสามารถยกตัวอย่างของคำสอนสืบทอดทางศาสนาที่ไม่อยู่ในพระคัมภีร์ได้ไหม? หากคุณจะต้องตรวจประเมินความเชื่อหรือวิถีปฏิบัติดั้งเดิมโดยใช้มุมมองตามพระคัมภีร์ คุณจะมีความเห็นอย่างไร?

ข. ความเพียงพอของพระราชกิจของพระเจ้า

▶ ข่าวประเสริฐตามหลักพระคัมภีร์ยืนยันว่า คนบาปถูกนับว่าเป็นผู้ชอบธรรมต่อพระพักตร์พระเจ้าโดย _____
_____ (ลูกา 18:14) ความรอดเป็นของประทานจากพระเจ้า รับมาโดยทาง
ความเชื่อ ไม่ใช่มาจากการกระทำของเรา ตามพระราชกิจที่สำเร็จแล้วของพระคริสต์เท่านั้น

กาลาเทีย 1:6-8—"ข้าพเจ้ารู้สึกประหลาดใจที่พวกท่านด่วนละทิ้งพระองค์ผู้ซึ่งทรงเรียกท่านมาโดยพระคุณ
ของพระคริสต์ และหันไปหาข่าวประเสริฐอื่นเสีย ซึ่งที่จริงไม่ใช่ข่าวประเสริฐ แต่มีบางคนทำให้พวกท่าน
ยุ่งยาก และปรารถนาบิดเบือนข่าวประเสริฐของพระคริสต์ แม้แต่เราเองหรือทูตจากฟ้าสวรรค์ ถ้าประกาศ
ข่าวประเสริฐอื่นแก่พวกท่าน ซึ่งขัดกับข่าวประเสริฐที่เราได้ประกาศแก่พวกท่านไปแล้วนั้น ก็จะต้องถูกแช่งสาป"

โรม 11:6—"แต่ถ้าเป็นทางพระคุณ ก็ไม่ได้เป็นทางการประพฤติ ถ้าเป็นทางการประพฤติ พระคุณก็จะไม่เป็น
พระคุณอีกต่อไป"

เอเฟซัส 2:8-9—"เพราะว่าท่านทั้งหลายได้รับความรอดแล้วด้วยพระคุณโดยทางความเชื่อ ความรอดนี้ไม่ใช่
มาจากตัวท่าน แต่เป็นของประทานจากพระเจ้า ไม่ใช่มาจากการกระทำ เพื่อไม่ให้ใครอวดได้"

ฟีลิปปี 3:8-9—". . . ไม่มีความชอบธรรมที่ได้มาจากธรรมบัญญัติ มีแต่ที่ได้มาโดยความเชื่อในพระคริสต์ คือ
ความชอบธรรมที่มาจากพระเจ้าโดยความเชื่อ"

ทิตัส 3:4-7—"แต่เมื่อความดีเลิศและความรักของพระเจ้า พระผู้ช่วยให้รอดของเรามาปรากฏ พระองค์ก็ทรง
ช่วยเราให้รอด ไม่ใช่เพราะความชอบธรรมที่เราทำเอง แต่ด้วยพระเมตตาของพระองค์โดยผ่านการชำระให้
บังเกิดใหม่และสร้างใหม่ของพระวิญญาณบริสุทธิ์ พระวิญญาณองค์นี้แหละที่พระเจ้าประทานให้แก่เราอย่าง
บริบูรณ์ผ่านทางพระเยซูคริสต์พระผู้ช่วยให้รอดของเรา เพื่อว่าเมื่อเราถูกชำระให้ชอบธรรมโดยพระคุณของ
พระองค์แล้ว ก็จะได้เป็นผู้รับมรดกตามที่หวังไว้คือชีวิตนิรันดร์"

จดบันทึก: _____
_____
_____
_____
_____

❖ **สำหรับการอภิปราย:** เมื่อทราบถึงความสำคัญของข่าวประเสริฐ คุณจะอธิบายข่าวประเสริฐกับคนอื่นอย่างไร?
ข้อพระคัมภีร์ใดที่คุณจะอ้างถึงในการประกาศข่าวประเสริฐที่ว่า คนบาปสามารถได้รับความรอดโดยทางความเชื่อใน
พระคริสต์?

ค. ความศักดิ์สิทธิ์ของการนมัสการพระเจ้า

▶ คริสตจักรแท้นมัสการพระเจ้าตรีเอกานุภาพ (พระบิดา พระบุตร และพระวิญญาณบริสุทธิ์) ทั้งด้วยความบริสุทธิ์ของ
_____ และความบริสุทธิ์ของ _____

ยอห์น 4:23—"แต่วาระนั้นใกล้เข้ามาแล้ว และบัดนี้ก็ถึงแล้ว คือเมื่อคนที่นมัสการอย่างแท้จริงจะนมัสการ
พระบิดาด้วยจิตวิญญาณและความจริง เพราะว่าพระบิดาทรงแสวงหาคนเช่นนั้นมานมัสการพระองค์"

▶ ในข้อพระคำนี้ เราพบว่าการนมัสการที่โปรดปรานพระเจ้านั้นคือการนมัสการที่บริสุทธิ์ทั้งในด้านจิตวิญญาณ (การ
อุทิศตน) และความจริง (หลักคำสอน) เราลองมาพิจารณาข้อเท็จจริงสองด้านนี้ของการนมัสการที่เป็นที่ยอมรับอย่าง
ละเอียดมากยิ่งขึ้น

1. **ความบริสุทธิ์ของการอุทิศตน :** การนมัสการที่บริสุทธิ์ถูกสงวนไว้สำหรับพระเจ้าแต่เพียงผู้เดียว การนมัสการ
ขจัด _____ และปฏิเสธ _____

1 ยอห์น 5:21—"ลูกทั้งหลายเอ๋ย จงรักษาตัวให้พ้นจากรูปเคารพ"

จดบันทึก:_____

_____

_____

_____

_____

2. **ความบริสุทธิ์ของหลักคำสอน:** การนมัสการที่บริสุทธิ์เรียกร้องให้เรามีมุมมองที่ถูกต้องเกี่ยวกับว่า _____

_____

1 ยอห์น 2:22—"ใครล่ะเป็นคนที่โกหก ไม่ใช่ใครอื่น นอกจากคนที่ปฏิเสธว่าพระเยซูไม่ใช่พระคริสต์ ผู้ที่ปฏิเสธ
พระบิดาและพระบุตร ผู้นั้นแหละเป็นศัตรูของพระคริสต์"

1 ยอห์น 4:2-3—"พวกท่านก็จะรู้จักพระวิญญาณของพระเจ้าโดยข้อนี้ คือวิญญาณทุกดวงที่ยอมรับว่า
พระเยซูคริสต์ได้เสด็จมาเป็นมนุษย์ วิญญาณนั้นก็มาจากพระเจ้า และวิญญาณทุกดวงที่ไม่ยอมรับพระเยซู
วิญญาณนั้นก็ไม่ได้มาจากพระเจ้า วิญญาณนั้นแหละเป็นศัตรูของพระคริสต์ ซึ่งพวกท่านได้ยินว่าจะมา และ
ขณะนี้ก็อยู่ในโลกแล้ว"

1 ยอห์น 5:20—"และเรารู้ว่าพระบุตรของพระเจ้าเสด็จมาแล้ว และประทานสติปัญญาแก่เรา เพื่อให้เรารู้จัก
พระองค์ผู้ทรงสัตย์จริง และเราอยู่ในพระองค์นั้นโดยอยู่ในพระเยซูคริสต์พระบุตรของพระองค์ พระองค์นี่แหละ
เป็นพระเจ้าแท้และเป็นชีวิตนิรันดร์"

จดบันทึก:_____

_____

_____

_____

ยอห์น 1:1—ความเป็นพระเจ้าของพระเยซู—"ในปฐมกาลพระวาทะทรงดำรงอยู่ และพระวาทะทรงอยู่กับพระเจ้า และพระวาทะทรงเป็นพระเจ้า

ยอห์น 1:14—สภาพมนุษย์ของพระเยซู—"พระวาทะทรงเกิดเป็นมนุษย์และทรงอยู่ท่ามกลางเรา เราเห็นพระสิริของพระองค์ คือ พระสิริที่สมกับพระบุตรองค์เดียวของพระบิดา บริบูรณ์ด้วยพระคุณและความจริง"

ยอห์น 1:17—ความเป็นพระเมสสิยาห์ของพระเยซู—"คือว่าเราได้ธรรมบัญญัตินั้นมาทางโมเสส ส่วนพระคุณและความจริงมาทางพระเยซูคริสต์ [พระเมสสิยาห์]"

❖ **สำหรับการอภิปราย:** ขอให้ทบทวนยอห์น 4:23 คุณสามารถทำอะไรได้บ้างเพื่อให้แน่ใจว่า การนมัสการของคุณมีลักษณะเด่นทั้งความบริสุทธิ์ของการนมัสการ ("จิตวิญญาณ") และความบริสุทธิ์ของหลักคำสอน ("ความจริง")? อะไรบ้างที่อาจเป็นอุปสรรคต่อการนมัสการที่ถวายเกียรติแด่พระเจ้าที่ว่านั้น?

III. การประยุกต์ใช้หลักการเหล่านี้กับประวัติศาสตร์คริสตจักร

▶ ดังที่เราได้เรียนรู้ในบทเรียนนี้ คริสตจักรแท้เป็นเหมือนตึกหลังหนึ่ง ซึ่งถูกสร้างขึ้นบนรากฐานของพระเยซูคริสต์ และมีลักษณะเด่นอยู่ที่การยึดถือเสาหลักคำสอนต่าง ๆ ดังต่อไปนี้:

1. **สิทธิอำนาจสูงสุดของพระวจนะของพระเจ้า:** พระคัมภีร์เท่านั้นเป็นสิทธิอำนาจสูงสุดสำหรับเรา

2. **ความเพียงพอของพระราชกิจของพระเจ้า:** เราได้รับความรอดโดยพระคุณเพียงอย่างเดียว ผ่านทางความเชื่อในพระคริสต์นอกเหนือจากความประพฤติ โดยอาศัยพระราชกิจที่สำเร็จแล้วของพระคริสต์เท่านั้น

3. **ความศักดิ์สิทธิ์ของการนมัสการต่อพระเจ้า:** เราได้รับการทรงเรียกให้นมัสการพระเจ้าในความบริสุทธิ์ของการนมัสการ และความบริสุทธิ์ของหลักคำสอน

▶ หากเราขยายอุปมาเรื่องตึกไปใช้กับประวัติศาสตร์คริสตจักรทั้งหมด เราอาจมองภาพของช่วงเวลาหลายศตวรรษหลังจากยุคอัครทูตในฐานะโครงสร้างส่วนบนของคริสตจักร—ซึ่งตั้งอยู่บนรากฐานของพระคริสต์และยังคงถูกนิยามโดยเสาหลักต่าง ๆ แห่งความเชื่อดั้งเดิมตามพระคัมภีร์

▶ แผนภาพในหน้าถัดไปแสดงให้เห็นภาพของแนวคิดนี้ สำหรับบางคนการเรียนรู้ประวัติศาสตร์คริสตจักรโดยใช้แผนภาพแบบนี้ง่ายกว่ารายการลำดับเวลาที่ยืดยาว

❖ **สำหรับการอภิปราย:** ผู้เชื่อคริสเตียนยุคปัจจุบันสามารถประยุกต์ใช้สามเสาหลักคำสอนที่เป็นเนื้อหาหลักของบทเรียนนี้อย่างไรบ้าง? คุณจะทำอะไรได้บ้างในการทำให้สิทธิอำนาจสูงสุดของพระคัมภีร์ ความเที่ยงตรงของพระกิตติคุณ และความจริงแท้ของการนมัสการเกิดผลในทางปฏิบัติในชีวิตของคุณ?

ภาพรวม
ประวัติศาสตร์คริสตจักร
เมื่อเวลาผ่านไป เสาหลักเหล่านี้เป็นคำสอนตามหลักพระคัมภีร์ดั้งเดิมถูกทำให้เสื่อมทรามลงโดยการยกระดับขนบธรรมเนียมและปรัชญาต่าง ๆ ที่มนุษย์ตั้งขึ้น
ยุคแห่งเหตุผล
พระคัมภีร์เท่านั้น
เน้นขนบธรรมเนียมประเพณี
เสาหลัก: พระวจนะของพระเจ้า
ยุคแห่งเหตุผล
ความเชื่อเท่านั้น
พระคุณเท่านั้น
ทำพิธีต่าง ๆ เพื่อความรอด
เสาหลัก: พระราชกิจของพระเจ้า
ยุคแห่งเหตุผล
พระคริสต์เท่านั้น
พระสิริแด่พระเจ้าผู้เดียว
การเคารพยกย่องนักบุญ
เสาหลัก: การนมัสการพระเจ้า
ยุคปฏิรูป
ศตวรรษที่ 16
ลูเธอร์
คาลวิน
น็อกซ์
อนาแบ๊บติสต์
ศตวรรษที่ 17
ลัทธิพิวริตัน
นิวอิงแลนด์
ศตวรรษที่ 18
เอ็ดเวิร์ดส์
ไวท์ฟิลด์
การฟื้นฟู
ครั้งใหญ่
ศตวรรษที่ 19
แครีย์
จัดสัน
สเปอร์เจียน
ศตวรรษที่ 20
สมัยใหม่นิยม vs.
รากฐานนิยม
นักประกาศ
ข่าวประเสริฐ
ยุคใหม่
ยุคใหม่
ยุคกลางตอนกลาง
ศตวรรษที่ 11
ศาสนเภท
ตะวันออก-
ตะวันตก
สงครามครูเสด
ครั้งที่ 1
ศตวรรษที่ 12
แอนเซล์ม
แบร์นาร์
สงครามครูเสด
ครั้งที่ 2 และ 3
ศตวรรษที่ 13
สงครามครูเสด
ครั้งที่ 4
ทอมัส อไควนัส
ปีเตอร์ วาลโด
ศตวรรษที่ 14
มหาศาสนเภท
จอห์น ไวคลิฟฟ์
ศตวรรษที่ 15
ยัน ฮุส
สภาคอนสแตนซ์
กลุ่มมนุษยนิยม
ผู้เบิกทางสู่ยุคปฏิรูป
ต้นยุคกลาง
ศตวรรษที่ 6
สภาคอนสแตน
ติโนเปิลที่สอง
ศตวรรษที่ 7
การเกิดขึ้นของ
ศาสนาอิสลาม
สภาคอนสแตน
ติโนเปิลที่สาม
ศตวรรษที่ 8
สภาไนเซียที่สอง
พระราชบริจาคของ
คอนสแตนติน
ศตวรรษที่ 9
กษัตริย์
ชาร์เลอมาญ
จักรวรรดิโรมัน
อันศักดิ์สิทธิ์
ศตวรรษที่ 10
การเสื่อมถอยของ
คริสตจักรคาทอลิก
รัสเซียรับเชื่อ
คริสตศาสนา
ยุครุ่งโรจน์ของระบบฟิลดัล
ยุคกลาง
ปิตาจารย์ยุคก่อนไนซีน
ศตวรรษที่ 1
เพ็นเทคอสต์
อัครทูต
คลีเมนต์แห่งโรม
ศตวรรษที่ 2
อิกเนเชียส
โปลิคาร์ป
จัสติน
อิเรเนอุส
ศตวรรษที่ 3
เทอร์ทูลเลียน
ออริเจน
ไซเปรียน
ศตวรรษที่ 4
ไนเซีย
อธานาซิอุส
สภาคอนสแตน
ติโนเปิลที่หนึ่ง
ศตวรรษที่ 5
คริซัสตัม
ออกัสติน
ชาลซีดอน
ปิตาจารย์ยุคหลังไนซีน
ยุคปิตาจารย์
รากฐาน: พระเยซูคริสต์เจ้าและการเป็นพยานถึงพระองค์ของอัครทูต
(1 คร. 3:11; อฟ. 2:20; 1 ปต. 2:4-6; และโปรดดู มธ. 16:16-18)

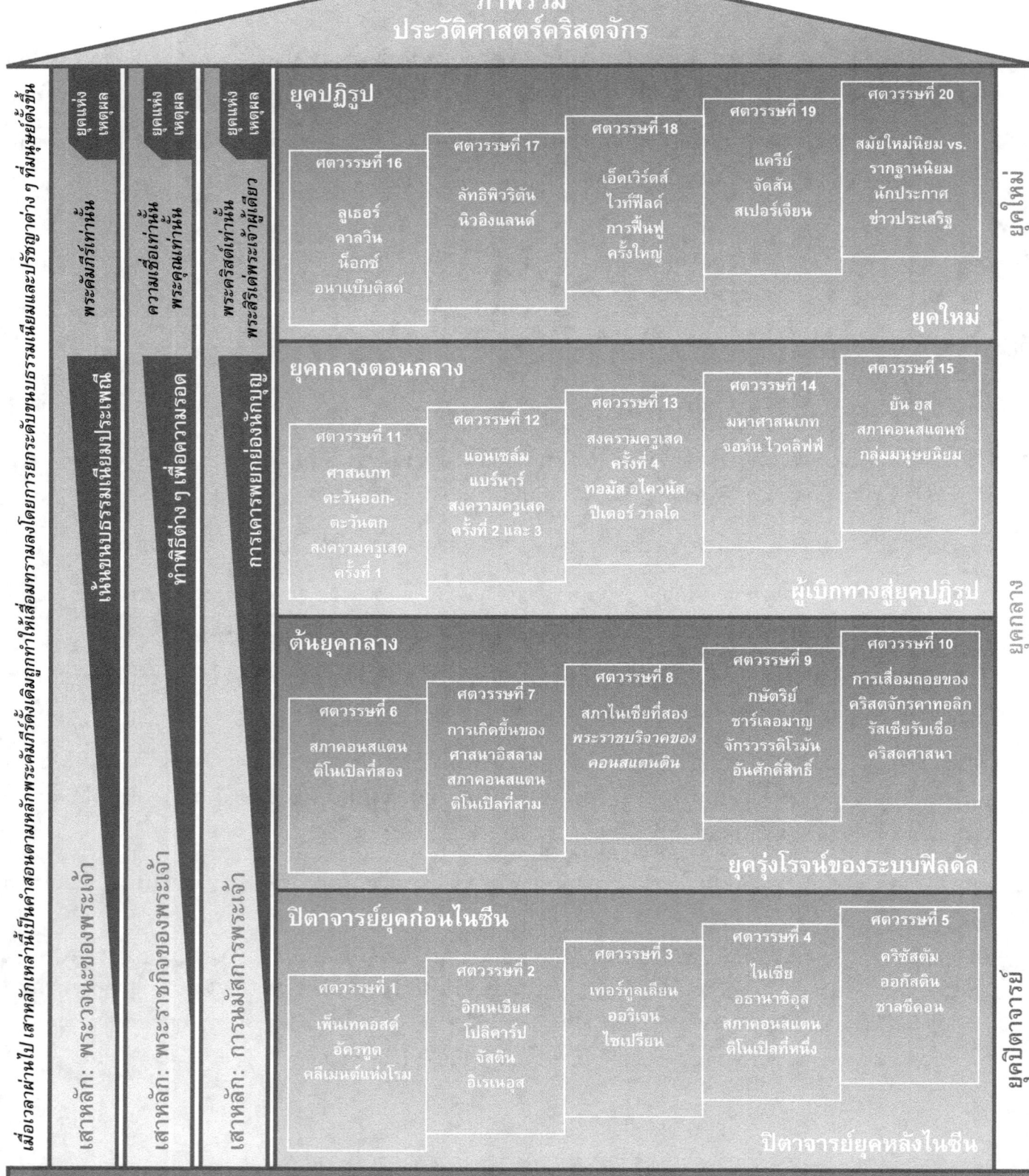

บทที่ 2

จากเพ็นเทคอสต์สู่ปัทมอส

เปโตร, เปาโล, และคริสตจักรในศตวรรษที่ 1

ข้อพระคัมภีร์หลัก: กิจการ 1:8

พระเยซูตรัสกับพวกอัครทูตว่า "แต่พวกท่านจะได้รับพระราชทานฤทธานุภาพ เมื่อพระวิญญาณบริสุทธิ์มาเหนือท่าน และท่านทั้งหลายจะเป็นสักขีพยานของเราในกรุงเยรูซาเล็ม ทั่วแคว้นยูเดีย ทั่วแคว้นสะมาเรีย และจนถึงที่สุดปลายแผ่นดินโลก"

ค.ศ. 30	ค.ศ. 49	ค.ศ. 64-68	
วันเพ็นเทคอสต์	**สภาเยรูซาเล็ม**	**การข่มเหงของเนโร**	**ยอห์นรับใช้ในเมืองเอเฟซัส**

ค.ศ. 32			ค.ศ. 70	ค.ศ. 95
การกลับใจเชื่อของเซาโล	**การเดินทางในงานมิชชันนารีของเปาโล**	**เปาโลในกรุงโรม**	**พระวิหารถูกทำลาย**	**ยอห์นบนเกาะปัทมอส**

I. พระธรรมกิจการและยุคอัครทูต

- พระธรรมกิจการถูกเขียนขึ้นโดย________________________
- พระธรรมกิจการครอบคลุมระยะเวลาประมาณ______________ปีของประวัติศาสตร์คริสตจักรยุคแรกตั้งแต่ประมาณ ค.ศ.________________________
- การเปลี่ยนแปลงครั้งใหญ่ของเหล่าสาวกเป็นผลมาจากสองเหตุการณ์สำคัญทางประวัติศาสตร์ ได้แก่
    1. ________________________ และ
    2. ________________________
- เพราะว่าเหล่าสาวกถูกส่งไปโดยพระเยซูในฐานะพยานของพระองค์ พวกเขาจึงได้ชื่อว่า "อัครทูต" ซึ่งแปลว่า "________________" หรือ '________________"
- เพื่อยืนยันว่าข้อความของพวกเขาเป็นความจริง พระเจ้ายังได้ประทานความสามารถในการ ________________ แก่พวกอัครทูต (กิจการ 2:43; 5:12: 2 คร. 12:12)
- ยุคอัครทูตถือเป็นยุครากฐานสำคัญยุคหนึ่งในประวัติศาสตร์คริสตจักร (อฟ. 2:20) เมื่อยอห์นผู้เป็นอัครทูตที่มีชีวิตรอดเป็นคนสุดท้ายเสียชีวิตลงประมาณปี ค.ศ.______________ยุคอัครทูตก็จบสิ้นลง
    - ***งานเขียนแนะนำ:*** เพื่อที่จะเข้าใจเนื้อหาในบทเรียนนี้อย่างถ่องแท้ โปรดอ่านพระธรรมกิจการโดยละเอียด ในขณะที่คุณอ่าน ขอให้สังเกตฤทธิ์อำนาจของข่าวประเสริฐ ซึ่งเปลี่ยนแปลงหัวใจและชีวิตผู้คนโดยฤทธิ์อำนาจของพระวิญญาณบริสุทธิ์

จดบันทึก:_____

_____

_____

_____

_____

_____

II. คริสตจักรถือกำเนิด (กิจการ 2)

▶ ในมัทธิว 16:18 พระเยซูทรงสัญญาว่าพระองค์จะสร้างคริสตจักรของพระองค์ พระสัญญานั้นเริ่มจะได้รับการเติมเต็ม ในวัน _____ ในปี ค.ศ. _____

▶ มีผู้ติดตามพระเยซูประมาณ _____ คน (โดยนับรวมพวกอัครทูตด้วย) ชุมนุมกันในห้องชั้นบนในตอนที่ พระวิญญาณบริสุทธิ์เสด็จมาสถิตและประทานฤทธิ์อำนาจแก่พวกเขา

▶ วันเพ็นเทคอสต์เป็นหนึ่งในวันเฉลิมฉลองหลักของชาวยิว (ฉธบ. 16:9-10) ด้วยเหตุผลนี้เอง ผู้แสวงบุญชาวยิวจำนวนมาก ได้เดินทางจากทั่วสารทิศของจักรวรรดิโรมันไปยังกรุงเยรูซาเล็ม ผู้แสวงบุญเหล่านี้อาศัยอยู่ในพื้นที่ต่างๆ ของจักรวรรดิ โรมันและด้วยเหตุนี้ พวกเขาจึงพูดภาษาถิ่นอื่นๆ ที่ไม่ใช่ภาษา _____ หรือภาษา _____ (ภาษาหลักที่ใช้พูดกันในกรุงเยรูซาเล็ม)

▶ ในกิจการบทที่ 2 พระวิญญาณบริสุทธิ์ได้ประทานความสามารถอันอัศจรรย์ให้แก่พวกอัครทูต (และน่าจะคนอื่นๆ ที่อยู่กับ พวกเขาด้วย) ในการพูดภาษาต่างชาติต่างๆ ที่พวกเขาไม่เคยเรียน เมื่อออกจากห้องชั้นบน พวกเขาออกไปทั่ว กรุงเยรูซาเล็มเทศนาสั่งสอนข่าวประเสริฐด้วยภาษาต่างชาติเหล่านี้ เมื่อผู้แสวงบุญที่เดินทางไปกรุงเยรูซาเล็มได้ยิน พวกอัครทูตพูดภาษาถิ่นของพวกเขาได้อย่างคล่องแคล่ว พวกเขาก็รู้สึกประหลาดใจ

▶ ของประทานอันอัศจรรย์นี้เป็นที่รู้จักกันในฐานะของประทานในการ _____ พระวิญญาณบริสุทธิ์ทรงใช้ ของประทานนี้ในวันเพ็นเทคอสต์ไม่ใช่เพียงเพื่อดึงดูดฝูงชน แต่ยังแสดงให้เห็นว่าข่าวประเสริฐของพระเยซูคริสต์แผ่ขยาย ไปยังทุกชนชาติ

▶ ในการปราศรัยต่อฝูงชนที่ชุมนุมกันเพื่อเป็นพยานถึงการอัศจรรย์นี้ อัครทูตเปโตรได้เทศนาข่าวประเสริฐอันทรงพลัง (กิจการ 2:14-36) ผลตอบรับคือ มีคนประมาณ _____ คนรับเชื่อ พวกเขาประกาศความเชื่อในพระคริสต์และ ได้รับ _____ ในการแสดงออกเชิงสัญลักษณ์ถึงการกลับใจใหม่ของพวกเขา ในวันอันน่าทึ่งนี้เอง คริสตจักร ได้ถือกำเนิดขึ้น

จดบันทึก:_____

_____

_____

_____

_____

_____

III. การพลีชีพเพื่อความเชื่อของสเทเฟน (กิจการ 7)

- กิจการ บทที่ 2-7 บรรยายถึงการเจริญเติบโตของคริสตจักรยุคแรกในกรุงเยรูซาเล็มและแคว้นยูเดีย
- สเทเฟนเป็นคริสเตียนคนแรกที่พลีชีพเพื่อความเชื่อ คำว่า *martyr* ในภาษาอังกฤษมาจากคำในภาษากรีกที่แปลว่า _______________________ ผู้พลีชีพเพื่อความเชื่อคือคนที่เป็นพยานถึงพระคริสต์แม้ว่าจะถึงขั้นที่ต้องตาย

จดบันทึก: ____

____

____

____

____

____

IV. การกลับใจเชื่อของเซาโลและโครเนลิอัส (กิจการ 9-10)

- หนึ่งในผู้ข่มเหงหลักของคริสตจักร คือ ชายคนหนึ่งที่ชื่อว่า __________________________ "เซาโล" เป็นชื่อของเขาในภาษา ____________________ ในเวลาต่อมา เขาจะเป็นที่รู้จักในชื่อภาษา ________________ ของเขาว่า "เปาโล"
- พระเจ้าทรงใช้เซาโลในเวลาต่อมาให้รับใช้คริสตจักรที่กระจัดกระจายไป อันที่จริง ผู้เชื่อบางคนที่หนีไปจากกรุงเยรูซาเล็มอันเนื่องมาจากการพลีชีพเพื่อความเชื่อของสเทเฟนจะเป็นส่วนหนึ่งของคริสตจักรในเมืองอันทิโอกแห่งแคว้นซีเรีย—คริสตจักรที่ในท้ายที่สุดเซาโลจะอภิบาลร่วมกับ_________(กิจการ 11:19-26)
- พระเจ้าส่งเปโตรไปเทศนากับชายต่างชาติคนหนึ่งชื่อว่าโครเนลิอัส พระเจ้าทรงตระเตรียมเปโตรด้วยการสำแดงให้เขาเห็นนิมิตเรื่อง _____________________ (โปรดดู ลนต. 11) และตรัสบอกเขาว่าอย่าหาว่าสิ่งที่พระเจ้าทรงชำระแล้วเป็นสิ่งไม่บริสุทธิ์ (กิจการ 10:9-16)

จดบันทึก: _____

_____

_____

_____

_____

_____

❖ **สำหรับการอภิปราย:** การที่ข่าวประเสริฐแผ่ขยายออกไปไกลกว่าชนชาติอิสราเอลโดยครอบคลุมผู้คนจากภูมิหลัง
ทางชาติพันธุ์มีความสำคัญมากอย่างไร? อ่านวิวรณ์ 5:9-10 การจัดวางองค์ประกอบของสวรรค์สะท้อนการเปิดรับ
พวกคนต่างชาติเข้ามาในคริสตจักรอย่างไรบ้าง?

V. สภาคริสตจักรครั้งแรก (กิจการ 15)

▶ **กิจการ 13:38-39** "เพราะฉะนั้นพี่น้องทั้งหลาย จงเข้าใจเถิดว่า โดยพระองค์ [พระเยซูคริสต์] จึงมีการประกาศการยกโทษ
บาปแก่ท่านทั้งหลาย และโดยพระองค์นี้เอง ทุกคนที่เชื่อจะพ้นโทษบาปได้ทุกอย่างซึ่งเป็นสิ่งที่ทำไม่ได้โดยธรรมบัญญัติ
ของโมเสส"

▶ ข้อพระคำข้างต้นนี้สรุปหัวใจของการเชื้อเชิญข่าวประเสริฐของเปาโล—กล่าวคือ โดยทางความเชื่อในพระคริสต์ คนบาป
สามารถ _____ (จากหนี้บาปของพวกเขา) และ_____ (ถูกประกาศว่าชอบธรรมโดย
พระเจ้า) ความเชื่อในพระคริสต์บรรลุในสิ่งที่การประพฤติตามบัญญัติของโมเสสไม่สามารถทำได้ ความรอดได้มาโดย
_____ นอกเหนือจากพระบัญญัติ

▶ ภายใต้การนำของ _____ น้องชายของพระเยซู สภาได้ยืนยันพันธกิจของเปาโลและบารนาบัส

จดบันทึก: _____

_____

_____

_____

_____

_____

กิจการ 15:7-11—"เมื่อถกเถียงกันมากแล้ว เปโตรจึงยืนขึ้นกล่าวว่า "พี่น้องทั้งหลาย พวกท่านทราบอยู่แล้วว่า
เมื่อแรกเริ่มนั้น พระเจ้าทรงเลือกข้าพเจ้าจากท่ามกลางท่านทั้งหลายมาเป็นผู้ประกาศถ้อยคำแห่งข่าวประเสริฐ
ให้คนต่างชาติฟังและเชื่อ พระเจ้าผู้ทรงทราบจิตใจมนุษย์ทรงรับรองคนต่างชาติ และประทานพระวิญญาณบริสุทธิ์
แก่พวกเขาเช่นเดียวกับที่ให้แก่เรา พระองค์ไม่ทรงถือเราถือเขา แต่ทรงชำระใจพวกเขาให้บริสุทธิ์โดยความเชื่อ
เมื่อเป็นเช่นนี้ ทำไมท่านทั้งหลายจึงทดลองพระเจ้าโดยวางแอกบนคอของพวกสาวก ซึ่งเป็นสิ่งที่บรรพบุรุษหรือ
เราเองแบกไม่ไหว แต่ตรงข้าม เราเชื่อว่าเราเองจะรอดโดยพระคุณของพระเยซูคริสต์องค์พระผู้เป็นเจ้าเช่นเดียว
กับพวกเขา"

❖ **สำหรับการอภิปราย:** อะไรบ้างคือข้อแตกต่างสำคัญระหว่างข่าวประเสริฐที่เปาโลเทศนา กับข่าวประเสริฐผิดเพี้ยนของผู้สอนเทียมเท็จ? ขอให้อ่านกาลาเทีย 1:6-9 ทำไมมันจึงสำคัญเป็นอย่างมากที่เราจะต้องเข้าใจข่าวประเสริฐอย่างถูกต้อง?

VI. การเดินทางประกาศครั้งอื่นๆ หลังจากนั้น (กิจการ 16-28)

▶ พระคัมภีร์ฉบับภาษาอังกฤษส่วนใหญ่มีแผนที่ต่างๆ อยู่ด้านหลัง หากคุณเคยดูที่แผนที่เหล่านั้น คุณน่าจะเคยเห็นแผนที่ของการเดินทางประกาศของเปาโล

▶ การเดินทางประกาศครั้งที่สองของเปาโลเริ่มขึ้นในฐานะการเดินทางกลับไปยังคริสตจักรต่างๆ ที่เขาและบารนาบัสได้ก่อตั้งขึ้นในช่วงการเดินทางครั้งแรกของพวกเขา ครั้งนี้เปาโลเดินทางไปกับ _____ (กิจการ 15:40) และ _____ (กิจการ 16:1-3)

▶ ในแต่ละเมือง เปาโลเทศนาข่าวประเสริฐอย่างสัตย์ซื่อ เขาเริ่มเทศนาใน _____ โต้ตอบกับพวกผู้ฟังชาวยิวด้วยข้อความจาก _____ เมื่อเขาไม่เป็นที่ต้อนรับ ณ ที่แห่งนั้นอีกต่อไป เขาจึงไปเทศนาสั่งสอน _____ ของเมืองนั้น

▶ การเดินทางประกาศครั้งที่สามของเปาโลเริ่มต้นในกิจการ 18:23 เป็นอีกครั้งหนึ่งที่เขาเดินทางไปยังเมืองต่างๆ ที่เขาเคยไปเยือนมาแล้ว (เช่น เอเฟซัสและโครินธ์) เพื่อที่จะเสริมสร้างคริสตจักรที่นั่นให้เข้มแข็ง ในระหว่างที่เขาอยู่เมืองเอเฟซัส เปาโลได้อบรมสาวกของเขาเป็นเวลามากกว่าสองปี (กิจการ 19:8-10) ผลลัพธ์ก็คือ คริสตจักรต่างๆ ทั่วดินแดน _____ ถูกก่อตั้งขึ้นตามที่ต่างๆ เช่น เมืองโคโลสี

▶ ในที่สุดเมื่อเดินทางถึงกรุงโรม เปาโลถูกควบคุมตัวอยู่ในบ้านเป็นระยะเวลาประมาณ _____ (กิจการ 28:30-31) "การถูกจองจำในกรุงโรมครั้งแรก" เริ่มขึ้นตั้งแต่ประมาณปี ค.ศ. 60-62 ลูกาน่าจะเขียนพระธรรมกิจการในช่วงเวลานี้ เพราะว่าเรื่องราวของกิจการจบลง ณ จุดนี้

จดบันทึก:_____

_____

_____

_____

_____

_____

❖ **สำหรับการอภิปราย:** ขอให้อ่าน 2 โครินธ์ 11:23-29 ซึ่งเปาโลได้เขียนระหว่างการเดินทางประกาศครั้งที่สองของเขา อะไรสะดุดตาคุณเกี่ยวกับความเสียสละต่างๆ ที่เขาเต็มที่ใจจะทำเพราะเห็นแก่พระคริสต์?

VII. เหตุการณ์หลังจากพระธรรมกิจการ

▶ พร้อมกับบทสุดท้ายของพระธรรมกิจการ บันทึกเรื่องราวประวัติศาสตร์คริสตจักรที่พระวิญญาณดลใจสิ้นสุดลง

▶ อย่างไรก็ตาม โดยใช้หลักฐานทางอ้อมจากข้อพระคัมภีร์บางตอนและข้อมูลทางประวัติศาสตร์จากแห่งข้อมูลอื่นๆ เราสามารถปะติดปะต่อความเข้าใจโดยทั่วไปเกี่ยวกับสิ่งที่เกิดขึ้นในช่วงไม่กี่ทศวรรษสุดท้ายของประวัติศาสตร์คริสตจักร ยุคศตวรรษที่หนึ่ง

▶ หลักฐานชี้ว่า เปาโลได้ถูกปล่อยตัวจากการควบคุมตัวอยู่ในบ้าน เขาเดินทางต่อไปยัง _____ (2 ทธ. 4:13, 20), _____ (ทิตัส 1:5), และแม้กระทั่ง _____ (โรม 15:23-24)

▶ ในทศวรรษที่ 80 และ 90 นำเสนอพันธกิจของอัครทูต _____ เมื่อถึงเวลาหนึ่ง เขาย้ายจากกรุงเยรูซาเล็ม ไปยังเมืองเอเฟซัส รับใช้ในภูมิภาคเอเชียไมเนอร์

จดบันทึก: _____
_____
_____
_____
_____
_____

❖ **สำหรับการอภิปราย:** ในพระธรรมวิวรณ์บทที่ 2-3 กล่าวถึงคริสตจักรเจ็ดแห่งในภูมิภาคเอเชียไมเนอร์ บางคริสตจักร ในจำนวนนี้มีความสัตย์ซื่อ ขณะที่บางแห่งได้เสื่อมถอยลง อะไรบ้างที่คุณถือว่าเป็นคุณลักษณะบ่งชี้ของคริสตจักรที่ สัตย์ซื่อ?

VIII. บรรจบกันที่จุดเริ่มต้น

▶ การสำรวจประวัติศาสตร์ยุคอัครทูตสอนบทเรียนต่างๆ แก่เรามากมาย นี่คือสามบทเรียนที่ต้องพิจารณา:

1. ข่าวประเสริฐแห่งความรอดมีไว้สำหรับทุกคนจากทุกภูมิหลังทางชาติพันธุ์และภาษา คนบาปสามารถรับการอภัย และถูกนับเป็นผู้ชอบธรรมโดยทางความเชื่อในพระคริสต์ นอกเหนือจากการประพฤติตามกฎบัญญัติ ข้อเสนอของ ข่าวประเสริฐเป็นจริงได้เพราะพระชนม์ชีพ, การสิ้นพระชนม์, และการฟื้นคืนพระชนม์ของพระเยซูคริสต์

2. ผู้ติดตามพระเยซูเจ้าได้รับการทรงเรียกให้เป็นพยานของพระองค์ ประกาศด้วยความเชื่อมั่นหนักแน่นและกล้าหาญ พวกอัครทูตเป็นแบบอย่างของความกล้าหาญดังกล่าว แม้ในยามที่เผชิญกับการต่อต้านที่เพิ่มขึ้นและกระทั่งการข่มเหง ที่รุนแรง พวกเขายืนหยัดมั่นคงเพื่อพระคริสต์ไม่ว่าจะต้องจ่ายราคามากเท่าไหร่ ตามที่เปโตรกล่าวกับพวกผู้นำศาสนา ในกิจการ บทที่ 5 ว่า "เราจำเป็นต้องเชื่อฟังพระเจ้ามากกว่าเชื่อฟังมนุษย์" นั่นควรจะเป็นกรอบความคิดของเรา เช่นกัน

3. องค์พระผู้เป็นเจ้าทรงสัตย์ซื่อเสมอมาในการบรรลุพระสัญญาของพระองค์ที่จะสถาปนาคริสตจักร การได้เห็น ข่าวประเสริฐดำรงอยู่แม้เผชิญอุปสรรคมากมาย (นับตั้งแต่พระธรรมกิจการจนถึงยุคปัจจุบัน) คือการได้เห็นพระสัญญา นั้นค่อยๆ บรรลุผล คริสตจักรยังคงเติบโตต่อไปแม้เผชิญกับการต่อต้านอย่างรุนแรง สำหรับบรรดาผู้ที่เป็นสมาชิก คริสตจักรของพระคริสต์ มันช่างเป็นการหนุนใจที่ได้รู้ว่าเราเป็นส่วนหนึ่งของขบวนการที่ไม่มีทางล้มเหลว เพราะว่า พระเจ้าได้ทรงรับประกันโดยพระองค์เอง

❖ **สำหรับการอภิปราย:** มีข้อคิด/บทเรียนอื่นๆ ไหมที่สะดุดตาคุณจากการศึกษาประวัติศาสตร์คริสตจักรยุคศตวรรษที่ 1?

จดบันทึก

....

....

....

....

....

....

....

....

....

....

....

....

....

....

....

....

ส่วนที่ II

ยุคปิตาจารย์

ศตวรรษที่ 2-5

* คำว่า *patristric* ในภาษาอังกฤษมาจากคำละติน ซึ่งแปลว่า "บิดา" ฉะนั้น "ยุคปิตาจารย์" จึงหมายถึงยุคสมัยของปิตาจารย์แห่งคริสตจักรยุคแรก—นั่นคือผู้นำคริสเตียนยุคแรกเริ่มหลังจากยุคของพวกอัครทูต

บทที่ 3

สาวกของอัครทูต

คลีเมนต์, โปลิคาร์ป, และปิตาจารย์แห่งคริสตจักรยุคแรก

ข้อพระคัมภีร์หลัก: 2 ทิโมธี 2:2

"จงมอบคำสอนเหล่านั้นซึ่งท่านได้ยินจากข้าพเจ้าต่อหน้าพยานหลายๆ คนไว้กับบรรดาคนซื่อสัตย์ที่สามารถสอนคนอื่นได้ด้วย"

~ค.ศ. 95 **คลีเมนต์, *จดหมายฝากฉบับแรก***

~ค.ศ. 100 **การพลีชีพเพื่อความเชื่อของคลีเมนต์**

หนังสือดิดาเค

~ค.ศ. 117 **การพลีชีพเพื่อความเชื่อของอิกเนเชียส**

ค.ศ. 115 **การพลีชีพเพื่อความเชื่อของโปลิคาร์ป**

จดหมายถึงดิโอเยตุส

I. ตามรอยเท้าของพวกอัครทูต

- เมื่อเรากลับไปดูประวัติศาสตร์คริสตจักรยุคแรก เราพบรายชื่อของคนซื่อสัตย์เหล่านั้นบางคนที่ตามมาหลังจากพวกอัครทูต พวกเขาเป็นส่วนหนึ่งของยุคสมัยของผู้เชื่อที่อยู่ปลายศตวรรษที่ 1 เข้าสู่ต้นศตวรรษที่ 2

จดบันทึก: ______________________________

____

____

____

____

____

❖ **สำหรับการอภิปราย:** มีภาวะผู้นำคริสเตียนกี่รุ่นที่ปรากฏใน 2 ทิโมธี 2:2? หลักการของภาวะผู้นำเพื่อคนหลายชั่วอายุควรจะเป็นอย่างไรในคริสตจักรยุคปัจจุบัน?

II. คลีเมนต์แห่งโรม (เสียชีวิตในปี ค.ศ. 100)

- คลีเมนต์อภิบาลคริสตจักรใน ____________________ ราวปี ค.ศ. ____________________ เพื่อให้เห็นภาพชัดขึ้น เขากำลังอภิบาลศาสนจักรโรมันในขณะที่ยอห์นถูกเนรเทศไปอยู่เกาะปัทมอส

คลีเมนต์แห่งโรม: "และดังนั้น ,ราผู้ได้รับการทรงเรียกโดยทางพระประสงค์ของพระองค์ในพระเยซูคริสต์ มิได้ถูกนับว่าเป็นผู้ชอบธรรมด้วยตัวเราเอง หรือสติปัญญาของเราหรือความเข้าใจ ความเคร่งศาสนา หรือความประพฤติ

ที่เราได้กระทำด้วยใจบริสุทธิ์ แต่เราถูกนับว่าเป็นผู้ชอบธรรมโดยทางความเชื่อ ซึ่งพระเจ้าผู้ทรงฤทธานุภาพ ทุกประการได้ทรงนับคนทั้งหลายที่ได้ดำรงอยู่มาแต่แรกเริ่มว่าเป็นคนชอบธรรมขอพระเกียรติสิริจงมีแด่พระองค์ ตลอดไปเป็นนิตย์ อาเมน.[1]

จดบันทึก:_____
_____
_____
_____
_____
_____

❖ **สำหรับการอภิปราย:** จากคำพูดที่ยกมาข้างต้น คุณจะอธิบายความเข้าใจของคลีเมนต์เกี่ยวกับการถูกนับว่าเป็น ผู้ชอบธรรมอย่างไร? ขอให้อ่านเอเฟซัส 2:4-9 คำกล่าวของคลีเมนต์สอดคล้องกับคำประกาศของเปาโลอย่างไร ที่ว่า ความรอดเกิดขึ้นโดยพระคุณผ่านทางความเชื่อ นอกเหนือจากการกระทำ?

III. อิกเนเชียสแห่งอันทิโอก (เสียชีวิตในปี ค.ศ. 117)

▶ แม้ว่าจะไม่ถูกกล่าวถึงในพระธรรมกิจการ อิกเนเชียสได้กลายเป็นศิษยาภิบาลที่นั่นประมาณช่วงท้ายของศตวรรษที่ 1 คำสอนสืบทอดในศตวรรษที่ 5 บ่งชี้ว่า _____ ได้ให้คำสั่งแนะนำแก่อิกเนเชียสเพื่อที่เขาจะได้รับการ แต่งตั้งเป็นศิษยาภิบาลของคริสตจักรอันทิโอก

> **อิกเนเชียส:** [เรา] "ไม่พึงต้องรักษาวันสะบาโตอีกต่อไป แต่ใช้ชีวิตโดยรักษาวันขององค์พระผู้เป็นเจ้า ซึ่งเป็น วันที่ชีวิตของเราได้ถือกำเนิดใหม่อีกครั้งโดยพระองค์และการสิ้นพระชนม์ของพระองค์"[2]

▶ อิกเนเชียสถูกประหารเพราะเหตุความเชื่อในกรุง _____ ประมาณปี พ.ค. 117 ตามคำสอนสืบต่อ กันมา เขาถูกโยนให้สัตว์ป่ากิน น่าจะในสนาม เซอร์กัส เมกซิมัส—สนามคล้ายๆ กับโคลอสเซียม

จดบันทึก:_____
_____
_____
_____
_____
_____

❖ **สำหรับการอภิปราย:** ในการสอนให้คริสเตียนประชุมกันในวันขององค์พระผู้เป็นเจ้า (วันอาทิตย์) แทนวันสะบาโต อิกเนเชียสได้ดำเนินตามผู้นำของพันธสัญญาใหม่ ขอให้อ่านกิจการ 20:7; 1 โครินธ์ 16:2; โคโลสี 2:16-17; วิวรณ์ 1:10 ข้อพระคำต่างๆ เหล่านี้ สอนอะไรเกี่ยวกับวันขององค์พระผู้เป็นเจ้า? ทำไมคริสเตียนจึงประชุมกันในวันขององค์พระผู้ เป็นเจ้า (โปรดดู ยอห์น 20:1, 19)?

IV. โปลิคาร์ปแห่งสเมอร์นา (เสียชีวิตในปี ค.ศ. 155)

- โปลิคาร์ป ชื่อของเขามีความหมายว่า "เกิดผลมาก" เป็นสาวกคนหนึ่งของอัครทูต ____________________
- เขาอภิบาลคริสตจักรในเมืองสเมอร์นา ใกล้กับเอเฟซัส โดยกินเวลาส่วนใหญ่ของครึ่งแรกของศตวรรษที่ 2 คริสตจักรสเมอร์นาเป็นหนึ่งในเจ็ดคริสตจักรที่มีชื่ออยู่ในพระธรรมวิวรณ์ (วว. 2:8-10)

  โปลิคาร์ป: "ข้าพเจ้ายังชื่นชมยินดีเพราะความเชื่อที่หยั่งรากลึกอย่างมั่นคงของท่าน (ซึ่งเลื่องชื่อมาตั้งแต่ยุคแรกเริ่ม) ยังคงบากบั่นและเกิดดอกออกผลแด่พระเยซูคริสต์เจ้าของเรา ผู้ทรงเพียรอดทนเพื่อบาปของเราโดยเผชิญกระทั่งความตาย ผู้ซึ่งพระเจ้าทรงทำให้ฟื้นพระชนม์ ทรงให้พ้นจากความตายอันปวดร้าว แม้ท่านจะไม่เคยเห็นพระองค์ แต่ท่านยังเชื่อในพระองค์ด้วยความยินดีอันยิ่งใหญ่เกินพรรณนา (ซึ่งหลายคนปรารถนาจะได้สัมผัส) โดยท่านทราบว่าท่านได้รับความรอดโดยพระคุณ ไม่ใช่เพราะการกระทำ แต่ด้วยพระประสงค์ของพระเจ้าผ่านองค์พระเยซูคริสต์"[3]

- นี้คือใจความสำคัญบางส่วนที่โปลิคาร์ปได้เน้นในจดหมายของเขา:
  - พระเยซูเป็นทั้งพระมหากษัตริย์และผู้พิพากษา

    โปลิคาร์ป: "ดังนั้น ขอให้เตรียมตัวให้พร้อมและรับใช้พระเจ้าด้วยความยำเกรงและความจริง ด้วยการหลีกหนีจากการพูดคุยที่ไร้สาระและไร้ความหมาย รวมถึงความเข้าใจผิดของคนหมู่มาก และด้วยการเชื่อในผู้ที่ได้ทำให้พระเยซูคริสต์เจ้าเป็นขึ้นจากตาย รวมถึงประทานพระสิริและพระบัลลังก์เบื้องขวาแก่พระองค์ ทุกสรรพสิ่งบนสวรรค์และแผ่นดินโลกอยู่ใต้อำนาจของพระองค์ ทุกชีวิตที่หายใจรับใช้พระองค์ ซึ่งกำลังเสด็จมาในฐานะผู้พิพากษาคนเป็นและคนตาย เพราะพระโลหิตของพระองค์ผู้นั้น พระเจ้าจะให้ผู้ที่ไม่เชื่อฟังพระองค์ต้องชดใช้"[4]

  - เราจะต้องเชื่อฟังพระเจ้าและพระวจนะของพระองค์

    โปลิคาร์ป: "เช่นนั้นเอง ขอให้เรารับใช้พระองค์ด้วยความเคารพยำเกรงอย่างที่สุด ดังที่พระองค์เองได้ทรงบัญชาดังที่พวกอัครทูตที่เทศนาข่าวประเสริฐแก่เรา รวมถึงพวกผู้เผยพระวจนะที่ได้ประกาศล่วงหน้าถึงการเสด็จมาขององค์พระผู้เป็นเจ้าของเรา"[5]

  - ความหวังของผู้เชื่อในพระเยซูคริสต์ยิ่งใหญ่กว่าการถูกข่มเหง

    โปลิคาร์ป: "เหตุฉะนั้น ขอให้เรายึดมั่นอย่างมั่นคงและไม่ละลดในความหวังและใบรับรองความชอบธรรมของเรา นั่นคือ พระเยซูคริสต์ ผู้ทรงแบกรับบาปของเราไว้ในพระกายของพระองค์บนกางเขน ผู้ทรงไม่เคยทำบาป และไม่มีคำหลอกลวงอยู่ในปากของพระองค์; ยิ่งไปกว่านั้น เพราะเห็นแก่เรา พระองค์ทรงอดทนกับทุกสิ่งเพื่อที่เราจะได้อยู่ในพระองค์ ดังนั้น ขอให้เราเป็นผู้เอาอย่างความทรหดอดทนของพระองค์ และหากเราต้องทนทุกข์เพราะเห็นแก่พระนามพระองค์ ก็ขอให้เป็นที่ถวายเกียรติแด่พระองค์เถิด"[6]

  - เพราะว่าความหวังของเราเป็นเรื่องแน่นอน เราสามารถยืนหยัดในความเชื่อและใส่ใจในการรักผู้อื่น

    โปลิคาร์ป: "ดังนั้น จงตั้งมั่นในสิ่งเหล่านี้และเอาอย่างองค์พระผู้เป็นเจ้า, หนักแน่นและไม่หวั่นไหวในความเชื่อ, รักครอบครัวของผู้เชื่อ, ทะนุถนอมกันและกัน, เป็นหนึ่งเดียวกันในความจริง, โอนอ่อนต่อกันและกันด้วยความสุภาพขององค์พระผู้เป็นเจ้า, ไม่ดูหมิ่นเกลียดชังผู้อื่น"[7]

จดบันทึก: ______________________________

____

____

____

____

____

การพลีชีพเพื่อความเชื่อของโปลิคาร์ป: "นี่เป็นเรื่องราวของโปลิคาร์ปผู้ได้รับพระพร ผู้ซึ่งเป็นคนที่สิบสองที่ถูกประหารเป็นผู้พลีชีพเพื่อความเชื่อในเมืองสเมอร์นา (โดยนับรวมคนเหล่านั้นที่ฟิลาเดลเฟียด้วย) แต่เขาจะอยู่ในความทรงจำของทุกคน ถึงขนาดที่ว่าเขาถูกกล่าวถึงทุกที่โดยพวกนอกรีตเอง เขาไม่เพียงแต่เป็นครูที่มีชื่อเสียง แต่ยังเป็นผู้พลีชีพเพื่อความเชื่อผู้สูงส่ง ที่ผู้คนปรารถนาเอาเยี่ยงอย่างในการพลีชีพเพื่อความเชื่อของเขา โดยที่ทุกบทบาทสอดคล้องกับข่าวประเสริฐของพระคริสต์ เพราะว่าโดยการเอาชนะผู้ว่าราชการที่อยุติธรรมด้วยความอดทน และจึงได้มาซึ่งมงกุฎแห่งนิรันดร โปลิคาร์ป (ร่วมกับบรรดาอัครทูตและผู้ชอบธรรมทั้งหมด [บนสวรรค์]) ถวายเกียรติแด่พระเจ้าอย่างชื่นชมยินดี แม้กระทั่งแด่พระเจ้าพระบิดา และถวายพรแด่พระเยซูคริสต์เจ้าของเรา พระผู้ช่วยวิญญาณของเราให้รอด ผู้ปกครองร่างกายของเรา และพระผู้เลี้ยงแกะแห่งคริสตจักรสากลทั่วโลก"[8]

❖ **สำหรับการอภิปราย:** โปลิคาร์ปมีความเชื่อมั่นหนักแน่นอะไรบ้างที่ขับเคลื่อนให้เขาซื่อสัตย์ต่อพระคริสต์จนถึงขั้นยอมสละชีวิต? มีข้อปฏิบัติอะไรบ้างที่คริสเตียนสามารถนำไปประยุกต์ใช้จริงเพื่อพัฒนาความเชื่อมั่นหนักแน่นแบบเดียวกันในจิตใจและชีวิตของเรา?

V. *หนังสือ ดีดาเค* (ช่วงปลายศตวรรษที่ 1 หรือตอนต้นศตวรรษที่ 2)

- หนังสือ *ดิดาเค* (ซึ่งแปลว่า *คำสอน*) เป็นคู่มือในยุคแรกว่าด้วย ______________________ โดยมีวัตถุประสงค์เพื่ออธิบายวิถีทางที่ผู้เชื่อจะใช้ชีวิตในฐานะผู้ติดตามของพระเยซู

ดิดาเค: "มีอยู่สองวิถี, วิถีแห่งชีวิตและวิถีแห่งความตาย, และสองวิถีนี้มีความแตกต่างกันอย่างใหญ่หลวง และนี่คือวิถีแห่งชีวิต ประการแรก จงรักพระเจ้าผู้ทรงสร้างท่าน ประการที่สอง จงรักเพื่อนบ้านเหมือนรักตัวเอง; แต่สิ่งใดก็ตามที่ท่านไม่อยากให้เกิดขึ้นกับตัวเอง จงอย่าทำกับผู้อื่น"[9]

ดิดาเค: "บัญญัติข้อที่สองของคำสอนก็คือ: อย่าฆ่าคน; อย่าผิดประเวณี; อย่าทำให้เด็กๆ เสื่อมทราม; อย่าผิดศีลธรรมทางเพศ; อย่าลักขโมย; อย่าฝึกใช้เวทมนตร์; อย่าข้องเกี่ยวกับคาถาอาคม; อย่าทำแท้งหรือฆ่าทารก"[10]

จดบันทึก: ______________________________

____

____

____

____

❖ **สำหรับการอภิปราย:** ขอให้อ่านมัทธิว 7:13-14 หนังสือ *ดิดาเค* เน้นถึงความแตกต่างระหว่างบรรดาผู้ที่เดินบนทางแคบและผู้ที่เดินบนทางกว้าง หากคุณจะต้องบรรยายถึงทัศนคติและการกระทำต่างๆ ที่เป็นลักษณะเด่นของผู้ที่เดินบน "ทางที่นำไปสู่ชีวิต" มีสิ่งใดบ้างที่คุณจะกล่าวเน้น?

VI. จดหมายถึงดิโอเยตุส (ช่วงกลางถึงปลายศตวรรษที่ 2)

▶ จดหมายฉบับนี้เป็นการนำเสนออันงดงามถึงข่าวประเสริฐเรื่องความรอดโดยทางพระเยซูคริสต์ ในการสื่อสารไปถึงผู้ไม่เชื่อ ผู้เขียนอธิบายว่า ในพระคริสต์คนบาปสามารถพบได้ทั้ง ____________________ และ ____________________

> ***จดหมายถึงดิโอเยตุส***: "แต่เมื่อความชั่วร้ายของเราได้ถึงจุดสูงสุด และมันถูกสำแดงให้เห็นอย่างชัดเจนว่า บำเหน็จการลงโทษ และความตายกำลังใกล้มาถึงเรา และเมื่อวาระนั้นมาถึงที่พระเจ้าได้ทรงกำหนดไว้เพื่อสำแดงความกรุณาและฤทธิ์อำนาจ เป็นไปได้อย่างไรที่ความรักหนึ่งเดียวของพระเจ้า (โดยคำนึงถึงมนุษย์อย่างยิ่ง) ไม่ได้มองเราด้วยความเกลียดชังหรือผลักไสไล่ส่งเรา หรือจดจำความชั่วช้าของเรา แต่สำแดงการอดกลั้นทนนานอันยิ่งใหญ่และได้อดทนกับเรา พระองค์เองแบกภาระแห่งความชั่วช้าทั้งหลายของเรา พระองค์ได้ประทานพระบุตรของพระองค์ให้เป็นค่าไถ่เพื่อเรา พระผู้บริสุทธิ์องค์นั้นแลกกับพวกผู้ล่วงละเมิด, พระผู้ไร้ที่ติองค์นั้นแลกกับพวกคนชั่วช้า, พระผู้ชอบธรรมองค์นั้นแลกกับพวกคนอธรรม, พระผู้ซื่อตรงแลกกับพวกคนทุจริต, พระผู้เป็นอมตะและกับพวกมนุษย์ที่ต้องตาย มีสิ่งอื่นใดหรือที่สามารถไถ่บาปของเราได้ดีไปกว่าความชอบธรรมของพระองค์? มีใครอื่นหรือที่สามารถชำระเรา (ผู้เป็นทั้งคนชั่วช้าและไม่เลื่อมใสพระเจ้า) ให้ชอบธรรมได้ดีกว่าพระบุตรเพียงพระองค์เดียวของพระเจ้า? โอ การแลกเปลี่ยนอันน่าชื่นใจ! โอ ปฏิบัติการที่เกินความเข้าใจ! โอ ผลประโยชน์ที่เกินความคาดหวัง! ที่ความชั่วช้าของคนหมู่มากจะถูกซ่อนไว้ในพระผู้ชอบธรรมเพียงหนึ่งเดียว และที่ความชอบธรรมของพระองค์เดียวสามารถชำระผู้ล่วงละเมิดมากมายให้บริสุทธิ์!"[11]

จดบันทึก: ____

____

____

____

____

____

❖ **สำหรับการอภิปราย:** หากคุณต้องเขียนจดหมายถึงเพื่อนหรือสมาชิกครอบครัวสักคนหนึ่งที่ไม่เชื่อพระเจ้า คุณจะอธิบายข่าวประเสริฐเรื่องความรอดในพระเยซูคริสต์อย่างไร? มีใครที่คุณคิดว่าน่าจะส่งจดหมายแบบนั้นไปหาหรือไม่?

VII. ข้อคิดประการสุดท้าย

▶ หลังจากได้สำรวจเรียนรู้เกี่ยวกับปิตาจารย์ยุคหลังอัครทูตมาจำนวนหนึ่ง เราสามารถรู้สึกมีกำลังที่ได้พบว่า ยังมี "บรรดาคนซื่อสัตย์" ที่ดำเนินชีวิตตามพวกอัครทูต (2 ทธ. 2:2)

▶ แม้ว่างานเขียนของพวกเขาหาใช่ว่าจะไร้ข้อผิดพลาดหรือทรงสิทธิอำนาจ แต่งานเขียนเหล่านี้แสดงให้เห็นถึงความมุ่งมั่น อย่างจริงจังทั้งในการธำรงรักษาและปฏิบัติตามคำสอนของพวกอัครทูต

▶ เหล่าปิตาจารย์มุ่งหมายดำเนินชีวิตตามพระวจนะของพระเจ้า

▶ นอกจากนี้ พวกเขายังมุ่งหมายที่จะธำรงรักษาความจริงเรื่องข่าวประเสริฐ ในงานเขียนของคลีเมนต์และโปลิคาร์ป รวมถึง ใน จดหมายถึงดิโอเยตุส เราพบการสื่อสารความจริงที่ชัดเจนว่า ความรอดเกิดขึ้นโดยพระคุณผ่านทางความเชื่อใน พระคริสต์; ไม่ใช่สิ่งที่รับมาโดยอาศัยการกระทำ

▶ ประการสุดท้าย พวกเขาสำแดงความสัตย์ซื่อถึงขนาดที่ยอมสละกระทั่งชีวิต คลีเมนต์ อิกเนเชียส และโปลิคาร์ป ล้วน เสียชีวิตฐานะผู้พลีชีพเพื่อความเชื่อ (หรือ "พยาน") ของพระเยซูคริสต์ ความกล้าหาญของพวกเขา (และความเชื่อมั่นที่อยู่ เบื้องหลัง) ดำรงอยู่ในฐานะสิ่งเตือนใจสำคัญเพื่อที่ผู้เชื่อยุคปัจจุบันจะเอาอย่างพวกเขาในความทรหดอดทนอย่างซื่อสัตย์

❖ **สำหรับการอภิปราย:** อะไรที่สะดุดตาคุณเกี่ยวกับพวกปิตาจารย์ยุคหลังอัครทูต? เมื่อคุณได้พิจารณาการเป็น แบบอย่างของพวกเขา มีบทเรียนอะไรบ้างที่คุณได้เรียนรู้ว่าคุณสามารถเริ่มนำไปปฏิบัติได้จริง?

การขับเคี่ยวกันเพื่อความเชื่อ

จัสติน, อิเรเนอุส, และคริสตจักรยุคก่อนไนซีน

~ค.ศ. 150 **จัสตินเขียนหนังสือ *First Apology***

~ค.ศ. 165 **การพลีชีพเพื่อความเชื่อของจัสติน**

อิเรเนอุสเขียนหนังสือ *Against Heresies*

~ค.ศ. 202 **การพลีชีพเพื่อความเชื่อของอิเรเนอุส**

เทอร์ทูลเลียนเขียนจากเมืองคาร์เธจ

ออริเจนเขียนและสอนจากเมืองซีซาเรีย

~ค.ศ. 240 **เทอร์ทูลเลียนเสียชีวิต**

~ค.ศ. 253 **ออริเจนเสียชีวิต**

I. บทนำ

- __________________________ (มาจากคำในภาษากรีก แปลว่า "การต่อสู้คดี") หมายถึง การปกป้องความเชื่อเมื่อเผชิญกับการโจมตีจากภายนอก

  1 เปโตร 3:14-15—"อย่ากลัวการข่มขู่ของพวกเขา และอย่าวิตกไปเลย แต่ในใจของพวกท่าน จงเคารพนับถือพระคริสต์ว่าเป็นองค์พระผู้เป็นเจ้า จงเตรียมพร้อมเสมอ ที่จะอธิบายกับทุกคนที่ขอทราบเหตุผลเกี่ยวกับความหวังของพวกท่าน แต่จงตอบด้วยความสุภาพอ่อนโยนและด้วยความนับถือ"

- __________________________ (มาจากคำในภาษากรีก แปลว่า "สงคราม") หมายถึง การโต้เถียงหรือโต้วาทีเชิงศาสนศาสตร์ เป็นการพูดถึงการขับเคี่ยวกันเพื่อความจริงเมื่อเผชิญกับการโจมตีภายในคริสตจักรจากการสอนเทียมเท็จ

  2 โครินธ์ 10:5—"เราทำลายล้างประเด็นโต้แย้งและคำแอบอ้างทั้งปวงที่ตั้งตัวขัดขวางความรู้ของพระเจ้า และเราสยบทุกความคิดให้ยอมจำนนเชื่อฟังพระคริสต์"

จดบันทึก: ____

II. ผู้ปกป้องความเชื่อ

▶ ในขณะที่เรากำลังเข้าสู่ศตวรรษที่ 2 ของประวัติศาสตร์คริสตจักร บรรดาผู้เชื่อยังเผชิญการข่มเหงและการต่อต้านจากสังคม ผู้ไม่เชื่อรอบข้างพวกเขา

> **ยอห์น 15:18** - พระองค์ตรัสกับสาวกของพระองค์ว่า "ถ้าโลกนี้เกลียดชังพวกท่าน ก็จงรู้ว่าโลกเกลียดชังเราก่อน"

> **2 ทิโมธี 3:12** - อัครทูตเปาโลให้คำเตือนคล้าย ๆ กันแด่ทิโมธี: "แท้จริงทุกคนที่ตั้งใจจะดำเนินชีวิตตามทางพระเจ้า ในพระเยซูคริสต์จะถูกข่มเหง"

▶ คริสเตียนมักถูกมองว่าเป็นพวกสร้างปัญหาและสร้างความรำคาญในที่สาธารณะ ทัศนคติเชิงลบของสังคมโรมันต่อความ เชื่อคริสเตียนถูกหล่อเลี้ยงโดยข่าวลือชั่วร้ายจำนวนหนึ่ง

> ▶ _____—คริสเตียนถูกกล่าวหาว่าเป็นพวกไม่เชื่อว่ามีพระเจ้าเพราะการปฏิเสธสารพัดเทพเจ้า ของโรมันอย่างหนักแน่น เมื่อภัยธรรมชาติเกิดขึ้น พวกผู้ไม่เชื่อจะกล่าวโทษคริสเตียนอย่างรวดเร็ว โดยยืนกรานว่า เทพเจ้าทั้งหลายโกรธเคืองเพราะพวกคริสเตียนกำลังนำผู้คนออกห่างจากพวกเทพเจ้า

> ▶ _____ —คริสเตียนยุคแรกยังถูกสงสัยเรื่องยุยงปลุกปั่นและถูกกล่าวหาว่าเป็นพวกกบฏ ส่วนหนึ่งเพราะว่าโลกทัศน์ของพวกเขาแตกต่างอย่างสุดขั้วจากสังคมรอบข้าง ตัวอย่างเช่น พวกเขาปฏิเสธที่จะ เข้าร่วมในกิจกรรมใด ๆ ที่เกี่ยวข้องกับการนมัสการกษัตริย์ซีซาร์แม้แต่นิดเดียว พวกเขาไม่แม้กระทั่งจะประกาศว่า "ซีซาร์เป็นองค์พระผู้เป็นเจ้า" โดยยืนยันในทางตรงข้ามว่า พระเยซูเท่านั้นคือองค์พระผู้เป็นเจ้า (โรม 10:9)

> ▶ _____—ข่าวลือประการที่สามเสนอว่า พวกคริสเตียนเข้าร่วมการทำผิดศีลธรรมทางเพศ ในการประชุมลับ "งานเลี้ยงแห่งความรัก" ของพวกเขา (โปรดดู ยูดา 12) ถูกตีความผิดเพี้ยนไปโดยการจินตนาการ ของสังคมนอกรีต รวมถึงคำเรียกในครอบครัวเชิงรักใคร่อย่างคำว่า "พี่ชาย/น้องชาย" และ "พี่สาว/น้องสาว"

> ▶ _____—น่าจะน่าตกใจที่สุดในบรรดาข่าวลือทั้งหมด คริสเตียนถูกกล่าวหาแม้กระทั่งว่า เป็นมนุษย์กินคน ข่าวลือนี้ถูกจุดขึ้นโดยความเข้าใจผิดเรื่องโต๊ะขององค์พระผู้เป็นเจ้า (พิธีมหาสนิท) เมื่อคนนอกได้ยิน วลีที่ว่า "นี่เป็นกายของเรา" และ "นี่คือโลหิตของเรา" พวกเขาไม่เข้าใจความหมายเชิงสัญลักษณ์ของวลีเหล่านี้

จดบันทึก: _____
_____
_____
_____
_____
_____

❖ **สำหรับการอภิปราย:** พวกผู้ไม่เชื่อมีมุมมองต่อคริสเตียนอย่างไรในสังคมของเรา? มุมมองของพวกเขาถูกต้องหรือ คลาดเคลื่อน? ผู้เชื่อควรทำอย่างไรเพื่อปกป้องความเชื่อท่ามกลางวัฒนธรรมของคนทั่วไป?

III. จัสติน ผู้พลีชีพเพื่อความเชื่อ (เสียชีวิตในปี ค.ศ. 165)

▶ จัสตินเกิดเมื่อประมาณปี ค.ศ. _____ ในครอบครัวที่ไม่ใช่คริสเตียน ในช่วงวัยหนุ่ม จัสตินพยายาม แสวงหาความจริงในระบบปรัชญาหลายระบบ แต่เขาไม่เคยพึงพอใจจนกระทั่งเขาได้พบกับชายชราคริสเตียนคนหนึ่งที่เล่า ข่าวประเสริฐให้เขาฟัง นับแต่นั้นมา จัสตินยอมรับคริสตศาสนาว่าเป็นปรัชญาแท้

▶ จัสตินใช้แนวคิดเรื่อง _____ (หรือ _____ จาก ยอห์น บทที่ 1) เป็น วิถีทางในการสร้างสะพานเชื่อมกับพวกที่จมปลักอยู่กับปรัชญากรีก

▶ ในงานเขียนที่ชื่อ *First Apology*, เขียนขึ้นในประมาณปี ค.ศ. 150, จัสตินพรรณนาถึงพิธีนมัสการในคริสตจักรยุคแรก:

> **จัสติน**: "และในวันที่เรียกว่าวันอาทิตย์นั้น ทุกคนที่อาศัยอยู่ในเมืองหรือในชนบทชุมนุมกันในที่แห่งหนึ่ง และมี การอ่านบันทึกความทรงจำของเหล่าอัครทูตหรืองานเขียนของเหล่าผู้เผยพระวจนะ นานตราบเท่าที่เวลาอำนวย ให้; จากนั้นเมื่อผู้อ่านหยุดอ่าน ประธาน[ศิษยาภิบาล]สั่งสอนที่ประชุมด้วยวาจา และหนุนใจให้เอาอย่างสิ่งดีๆ เหล่านี้ ต่อจากนั้นเราทุกคนก็ยืนขึ้นพร้อมกันและอธิษฐาน และ (ดังที่เรากล่าวไปก่อนหน้า) เมื่อการอธิษฐานของ เราจบลง ขนมปัง เหล้าองุ่นและน้ำถูกนำเข้ามา และในทำนองเดียวกันประธานถวายคำอธิษฐานและ การขอบพระคุณตามความสามารถของเขา และผู้คนเห็นด้วยพร้อมกล่าวว่า อาเมน; มีการแจกจ่าย[อาหาร]ให้แก่ แต่ละคน และการเข้าส่วนของสิ่งนั้น[องค์ประกอบของพิธี] ซึ่งได้รับการขอบพระคุณ สำหรับบรรดาผู้ที่ขาดประชุม ส่วนหนึ่ง[ของสิ่งเหล่านี้]จะถูกส่งไปให้โดยมัคนายก บรรดาผู้ที่มีฐานะดีและมีความเต็มใจจะบริจาคตามที่แต่ละคน เห็นสมควร และสิ่งที่รวบรวมได้จะถูกฝากไว้กับประธาน ผู้ซึ่งใส่ใจดูแลเด็กกำพร้าและหญิงหม้าย, ผู้คนเหล่านั้น ที่ขัดสนเดือดร้อนเนื่องด้วยความเจ็บป่วยหรือสาเหตุอื่นใด ผู้ที่ถูกจองจำ, และบรรดาคนแปลกหน้าที่พักแรมอยู่ ท่ามกลางเรา กล่าวได้ว่า[ประธาน]ดูแลทุกคนที่เดือดร้อน อย่างไรก็ตาม วันอาทิตย์เป็นวันที่เราทุกคนมาประชุม ร่วมกัน เพราะว่ามันเป็นวันแรกที่พระเจ้าทรงสร้างความเปลี่ยนแปลงในความมืดและสสาร นั่นคือการสร้างโลก และพระเยซูคริสต์พระผู้ช่วยให้รอดของเราทรงเป็นขึ้นจากตายในวันเดียวกัน"[1]

จดบันทึก: _____

_____

_____

_____

_____

❖ **สำหรับการอภิปราย:** อะไรที่หนุนใจคุณมากที่สุดเกี่ยวกับคำบรรยายของจัสตินถึงการนมัสการของคริสตจักร ยุคศตวรรษที่สอง? อะไรที่คุณมองว่าน่าประหลาดใจมากที่สุดเกี่ยวกับคำบรรยายของเขา?

IV. นักโต้ปัญหา

- นอกเหนือจากการข่มเหง พระคัมภีร์ใหม่ยังได้เตือนให้คริสเตียนระวังเกี่ยวกับ ____________________

  กิจการ 20:29-30—“ข้าพเจ้าทราบอยู่แล้วว่า เมื่อข้าพเจ้าไปแล้วจะมีพวกสุนัขป่าที่ดุร้ายเข้ามาในหมู่พวกท่าน และจะไม่ละเว้นฝูงแกะไว้เลย และจะมีบางคนในหมู่พวกท่านออกมาบิดเบือนความจริง เพื่อชักชวนสาวกให้หลงตามพวกเขาไป”

- ความเชื่อนอกรีตยุคโบราณเหล่านี้ประกอบด้วย:
  - ______________________________ —กลุ่มหนึ่งอันประกอบด้วยหลายขบวนการเทียมเท็จที่แต่ละขบวนการอ้างว่ามี “ความรู้ที่ถูกซ่อนไว้” ในเรื่องความรอด คำในภาษากรีก gnosis แปลว่า “ความรู้” ไญยนิยมมีลักษณะเด่นอยู่ที่รูปแบบต่าง ๆ ของแนวคิดทวินิยม ซึ่งสิ่งฝ่ายวัตถุถูกมองว่าด้อยกว่าหรือชั่วร้ายเมื่อเปรียบเทียบกับความเป็นจริงฝ่ายวิญญาณ ด้วยเหตุนี้ โดยทั่วไปกลุ่มไญยนิยมปฏิเสธว่าพระเยซูทรงมีพระกายแท้ในเชิงกายภาพ ตรงกันข้าม พวกเขาอ้างอย่างผิด ๆ ว่าพระองค์มีเพียงภาพปรากฏของร่างกาย (โปรดดู 2 ยอห์น 7)
  - ___________________________ —ในการเดินตามแนวคิดไญยนิยมเกี่ยวกับความด้อยกว่าของโลกฝ่ายกายภาพ มาร์ซีออนแห่งสิโนป (เสียชีวิตในปี ค.ศ. 160) สอนว่าพระเจ้าในพันธสัญญาเดิมคือพระผู้เป็นเจ้าที่ชั่วร้าย เพราะพระองค์ได้ทรงสร้างจักรวาลฝ่ายกายภาพนี้ มาร์ซีออนยืนยันต่อไปว่า พระเยซูทรงถูกส่งมาโดยเทพเจ้านิรนามเพื่อช่วยผู้คนให้รอดจากพระเจ้าแห่งพระคัมภีร์เดิม ในการแถลงมุมมองของตน มาร์ซีออน ปฏิเสธพระคัมภีร์เดิมและงานเขียนส่วนใหญ่ของเหล่าอัครทูต ในการตอบโต้มาร์ซีออนและผู้สอนเทียมเท็จคนอื่นๆ คริสเตียนเริ่มที่จะสร้างบัญชีรายชื่อหนังสือต่าง ๆ ที่คริสตจักรถือว่าเป็นที่ยอมรับ
  - _____________________________ —การปฏิเสธตรีเอกานุภาพโดยสอนว่า บางครั้งพระเจ้าทรงทำงานในโหมดพระบิดา บางครั้งในโหมดพระบุตร และบางครั้งในโหมดพระวิญญาณบริสุทธิ์ แต่ไม่มีทางเป็นสามพระบุคคลที่ต่างกันดำรงอยู่ร่วมกันนิรันดร์ ตามมุมมองนี้ พระบิดาทรงกลายเป็นพระบุตรในการเสด็จลงมาบังเกิด ซึ่งนำไปสู่ข้อสรุปที่ว่าพระบิดาเองนั่นแหละที่ทรงทนทุกข์บนไม้กางเขน คำสอนผิดเพี้ยนนี้ ซึ่งถูกเรียกว่าสำแดงนิยม (การทนทุกข์ของพระบิดา) ถูกปฏิเสธว่านอกรีตโดยคริสตจักรยุคแรก ผู้สนับสนุนหลักการของไตรปรากฏนิยมคือ ซาเบลเลียส ผู้ซึ่งสอนในกรุงโรมในช่วงต้นของศตวรรษที่ 3
  - ______________________________ —ขบวนการหนึ่งเป็นที่รู้จักกันของสาวกฯ ในนาม “คำทำนายใหม่” (New Prophecy) เริ่มโดยผู้อ้างตัวเป็นผู้เผยพระวจนะที่ชื่อว่า มอนทานุส (ปลายศตวรรษที่ 2) ผู้ซึ่งมาพร้อมกับผู้เผยพระวจนะหญิงอีกสองคนคือ แมกซิมิลเลียและพริสซิลลา ในการยืนกรานว่าพระวิญญาณบริสุทธิ์กำลังประทานการเปิดเผยใหม่แด่คริสตจักร พวกเขามักจะกล่าวคำพยากรณ์ในแบบดีใจเหลือล้นและน่าตื่นเต้นเร้าใจ คำพยาการณ์ของพวกเขาส่งเสริมรูปแบบที่สุดโต่งของอัตพรตนิยม และทำนายว่าพระเยซูจะเสด็จกลับมาเร็ว ๆ นี้เพื่อสถาปนาเยรูซาเล็มใหม่และภูมิภาคฟรีเจีย ในที่สุดคริสตจักรได้ปฏิเสธขบวนการนี้ว่าเป็นพวกนอกรีต

- ในการตอบโต้ข้อผิดพลาดต่าง ๆ ของคำสอนเทียมเท็จ คริสตจักรระมัดระวังที่จะร้อยเรียงความเชื่อมั่นต่าง ๆ

❖ **สำหรับการอภิปราย:** อะไรบ้างที่เป็นความเชื่อผิดๆ ทั่วไปที่อ้างว่าเป็นความเชื่อคริสเตียน แต่แท้จริงเป็นรูปแบบต่างๆ ของคำสอนเทียมเท็จ? นี่อาจประกอบด้วยกลุ่มลัทธิต่างๆ และการเคลื่อนไหวของการละทิ้งความเชื่อ ผู้เชื่อจะเตรียมความพร้อมในการโต้ตอบกับความเคลื่อนไหวเทียมเท็จเหล่านั้นได้อย่างไร

ก. อิเรเนอุสแห่งลียง (เสียชีวิตในปี ค.ศ. 202)

▶ อิเรเนอุสเกิดประมาณปี ค.ศ. ____________ งานเขียนที่โด่งดังที่สุดของเขา, รู้จักกันในชื่อว่า __________________, ถูกเขียนขึ้นเพื่อหักล้างคำสอนเทียมเท็จของไญยนิยม

> **อิเรเนอุส**: "เราได้เรียนรู้แผนงานแห่งความรอดจากสิ่งอื่นใดไม่ได้เลย นอกจากโดยทางคนเหล่านั้นที่ข่าวประเสริฐถูกส่งผ่านพวกเขามาสู่เรา ซึ่งครั้งหนึ่งพวกเขาได้ป่าวประกาศในที่สาธารณะ และในยุคสมัยต่อมา (โดยน้ำพระทัยของพระเจ้า) ถูกส่งต่อมาให้เราโดยทางพระคัมภีร์ เพื่อให้เป็นพื้นฐานและเสาหลักของความเชื่อของเรา"[2]

> **อิเรเนอุส**: "คำสอนสืบทอดโบราณของเหล่าอัครทูต [คือ] การเชื่อในพระเจ้าองค์เดียว พระผู้สร้างสวรรค์และแผ่นดินโลก และทุกสรรพสิ่ง โดยทางพระเยซูคริสต์ พระบุตรของพระเจ้า เนื่องด้วยความรักอันล้ำเลิศของพระองค์ต่อสิ่งทรงสร้าง ทรงถ่อมพระองค์ลงมาบังเกิดจากหญิงพรหมจรรย์ ทรงนำมนุษย์มาเป็นหนึ่งเดียวกับพระเจ้าโดยทางพระองค์เอง และทรงทนทุกข์ทรมานในสมัยของปอนทิอัสปีลาต ฟื้นคืนพระชนม์ และทรงถูกรับขึ้นไปด้วยสง่าราศี พระองค์จะเสด็จกลับมาในพระสิริ พระผู้ช่วยให้รอดของผู้ได้รับการทรงไถ่ และผู้พิพากษาของผู้ถูกพิพากษา และทรงส่งผู้ที่บิดเบือนความจริง ดูหมิ่นพระบิดาและการเสด็จมาของพระองค์เข้าไปในไฟนิรันดร์"[3]

จดบันทึก: ____

____

____

____

____

____

❖ **สำหรับการอภิปราย:** พวกไญยนิยมที่อิเรเนอุสเผชิญหน้าเชื่อว่ามีพระเจ้าหลายองค์ พระวจนะข้อ/ตอนใดที่คุณจะใช้เพื่อหักล้างความคิดผิดเพี้ยนนั้น? พวกเขายังปฏิเสธว่าพระเยซูทรงเคยมีพระกายที่เป็นมนุษย์จริงๆ คุณจะใช้ข้อพระคัมภีร์ใดที่จะหักล้างความคิดนั้น?

ข. เทอร์ทูลเลียนแห่งคาร์เธจ (ค.ศ. 155-240)

▶ เกิดในเมืองคาร์เธจ แอฟริกาเหนือ เทอร์ทูลเลียนเป็นนักเขียนคริสเตียนคนสำคัญคนแรกที่เขียนโดยใช้ภาษาละตินเป็นหลักแทนที่จะเป็นภาษากรีก ด้วยเหตุนี้ เขาจึงเป็นที่รู้จักในฐานะ ______________________

▶ ในการบรรยายถึงความเป็นจริงของพระเจ้าตรีเอกานุภาพ เทอร์ทูลเลียนเป็นบุคคลแรกที่ใช้ศัพท์ภาษาละติว่า _____ ______________________

- เทอร์ทูลเลียนยังต่อต้านอย่างรุนแรงต่อแนวคิดที่ว่า ความเชื่อคริสเตียนควรได้รับอิทธิพลจาก ____________________ ____________________

> **เทอร์ทูลเลียน**: "เอเธนส์เกี่ยวข้องอย่างไรกับกรุงเยรูซาเล็มหรือ? สถาบันการศึกษากับคริสตจักรมีความเห็นลงรอยกันตรงไหน? พวกนอกรีตกับคริสเตียนล่ะลงรอยกันตรงไหน? คำแนะนำสั่งสอนของเรามาจาก "ระเบียงของโซโลมอน" ผู้ซึ่งได้รับการสอนว่า "พึงแสวงหาองค์พระผู้เป็นเจ้าอย่างเรียบง่ายด้วยหัวใจ" พอแล้วกับทุกความพยายามที่จะผลิตคริสตศาสนาที่แปดเปื้อนซึ่งประกอบสร้างจากปรัชญาสโตอิก เพลโต และวิภาษวิธี! . . . เพราะว่านี่คือความเชื่อ [อันทรงเกียรติ] ของเรา, ว่าไม่มีสิ่งใดที่เราควรจะเชื่อนอกไปจาก [ข่าวประเสริฐ]"[4]

จดบันทึก: ____
____
____
____
____
____

❖ **สำหรับการอภิปราย:** หลักคำสอนเรื่องตรีเอกานุภาพอาศัยความจริงพื้นฐานสำคัญสองประการ ได้แก่: (1) มีพระเจ้าเพียงองค์เดียว และ (2) พระเจ้าองค์เดียวดำรงอยู่เป็นนิตย์ในสามพระบุคคลที่ต่างกัน—พระบิดา, พระบุตร, และพระวิญญาณบริสุทธิ์—โดยแต่ละพระบุคคลเป็นพระเจ้าอย่างแท้จริงและเท่าเทียมกัน คุณลองยกตัวอย่างบางข้อพระคำที่จะสนับสนุนความจริงตามพระคัมภีร์สองประการนี้ได้ไหม?

ค. ออริเจนแห่งอเล็กซานเดรีย (ค.ศ. 184-253)

- ออริเจนเป็นหนึ่งในนักคิดคริสเตียนที่มีอิทธิพลมากที่สุดของคริสตจักรยุคแรก โดยผลิตผลงานประมาณ ____________ บทความในหลายหัวข้อเชิงศาสนศาสตร์ อย่างไรก็ตาม มรดกตกทอดของเขามีทั้งคุณูปการทั้งเชิงบวกและเชิงลบ
- ตามวิธีการเชิงเปรียบเทียบของออริเจน ข้อความทุกข้อพระคัมภีร์มีความหมายสามระดับ ซึ่งสอดคล้องกับร่างกาย จิตใจ และวิญญาณ
  - **ร่างกาย**: ความหมายแบบ ____________________ มุ่งเน้นไปที่สิ่งที่ข้อความถูกเขียนไว้ หากพิจารณาตามตัวอักษร ความหมายระดับนี้ถือว่ามีประโยชน์น้อยที่สุด
  - **จิตใจ**: ความหมายเชิง ____________________ เกี่ยวข้องกับความจริงเชิงศีลธรรมที่ข้อความนั้นสั่งสอน
  - **วิญญาณ**: ความหมายทาง ____________________ อนุญาตให้ผู้ตีความเปลี่ยนข้อความให้เป็นชุดของสัญลักษณ์หรืออุปมา ซึ่งโดยทั่วไปถูกตีความในแบบต่าง ๆ ที่เล็งถึงพระเยซู

จดบันทึก: _____

_____

_____

_____

_____

❖ **สำหรับการอภิปราย:** ดังที่ได้ตั้งข้อสังเกตไปข้างต้น แนวทางการตีความพระคัมภีร์ของออริเจนเปิดประตูให้กับการตีความแบบจินตนาการและเพ้อฝันที่ไม่เกี่ยวข้องกับข้อความของพระคัมภีร์ที่กำลังศึกษา ทำไมจึงเป็นเรื่องสำคัญที่จะมีแนวทางที่เหมาะสมสำหรับศึกษา และตีความพระคัมภีร์ (โปรดดู 2 ทธ. 2:15)? มีอะไรบ้างที่อาจเป็นผลที่ตามมาจากการตีความพระคัมภีร์ไม่ถูกต้อง?

V. ยืนหยัดเพื่อความจริง

▶ บรรดาผู้นำคริสเตียนในศตวรรษที่สองและสามได้เผชิญกับความท้าทายต่าง ๆ ที่พิเศษ

▶ ความสัตย์ซื่อต่อพระคริสต์เรียกร้องความกล้าหาญที่จะยืนหยัดหนักแน่น แม้ต้องเผชิญกับการต่อต้านรุนแรง การข่มเหงที่โหดร้าย และแม้กระทั่งการถูกประหารชีวิต บุรุษอย่างจัสตินและอิเรเนอุสมอบชีวิตพลีชีพเพราะความเชื่อเพื่อพระคริสต์ เช่นเดียวกับผู้เชื่อคนอื่นๆ ในยุคนั้น ปณิธานของพวกเขาไม่สั่นคลอนแม้ต้องเผชิญกับความตาย

▶ ในคริสตจักร ความสัตย์ซื่อต่อพระคริสต์ยังหมายถึงการยึดถือความจริงให้มั่น แม้เผชิญกับความเชื่อผิดๆ ผู้สอนเทียมเท็จนำปัญหาเข้ามาเนืองๆ ในการโต้ตอบ ผู้นำคริสตจักรเขียนประเด็นหักล้างที่มีน้ำหนักอย่างระมัดระวัง โดยที่ความเห็นโต้แย้งของพวกเขาอาศัยคำสอนจากพระคำของพระเจ้า

▶ เมื่อเราได้พิจารณาตัวอย่างต่าง ๆ ของพวกเขาแล้ว เราลองหยุดเพื่อพิจารณาว่า ความสัตย์ซื่อต่อองค์พระผู้เป็นเจ้ามีความหมายอย่างไรในชีวิตของเรา—ทั้งภายในและภายนอกคริสตจักร

❖ **สำหรับการอภิปราย:** ผู้เชื่อในคริสตจักรยุคปัจจุบันสามารถต่อสู้อย่างจริงจังเพื่อความเชื่อได้อย่างไร? สิ่งใดที่ขัดขวางผู้เชื่อไม่ให้ยืนหยัดหนักแน่นในเรื่องการปกป้องความเชื่อและการโต้ปัญหา? คุณสามารถทำอะไรได้บ้างเพื่อเป็นผู้สัตย์ซื่อ ในฐานะผู้ติดตามพระเยซูคริสต์?

บทที่ 5

การปกป้อง ความเป็นพระเจ้าของพระคริสต์

อธานาซิอุส และสภาไนเซีย

ข้อพระคัมภีร์หลัก: ยอห์น 1:1-3

"ในปฐมกาลพระวาทะทรงดำรงอยู่ และพระวาทะทรงอยู่กับพระเจ้า และพระวาทะทรงเป็นพระเจ้า ในปฐมกาลพระองค์ทรงอยู่กับพระเจ้า พระเจ้าทรงสร้างสรรพสิ่งขึ้นมาโดยพระวาทะ ในบรรดาสิ่งที่เป็นอยู่นั้น ไม่มีสักสิ่งเดียวที่เป็นอยู่นอกเหนือพระวาทะ"

- ค.ศ. 300
- ค.ศ. 312 **พระราชกฤษฎีกาแห่งมิลาน**
- ค.ศ. 325 **สภาไนเซีย**
- ค.ศ. 336 **อธานาซิอุสได้รับแต่งตั้งเป็นบิชอป**
- **พันธกิจและการลี้ภัยของอธานาซิอุส**
- ค.ศ. 373 **การตายของอธานาซิอุส**
- ค.ศ. 381 **สภาคอนสแตนติโนเปิล**
- ค.ศ. 400

I. จุดเปลี่ยนสำคัญ

- ในปี ค.ศ. 313 คอนสแตนตินและลิกินิอุส (จักรพรรดิโรมันฝั่งตะวันออก) ได้ออก ____________________ ซึ่งได้มอบสันติภาพและความคุ้มครองทางกฎหมายให้แก่คริสตจักรฝ่ายคริสเตียน บรรดาผู้ติดตามพระเยซูซึ่งอาศัยอยู่ในจักรวรรดิโรมันได้กลายสภาพจากผู้ที่ถูกข่มเหงเป็นชนชั้นที่ได้รับการปกป้อง
- ในปี ค.ศ. __________________ คอนสแตนตินเอาชนะจักรพรรดิลิกินิอุสและกลายเป็นเจ้าผู้ปกครองเพียงหนึ่งเดียวเหนือจักรวรรดิโรมันทั้งหมด
- ปีต่อมา ในปี ค.ศ. 325 คอนสแตนตินจัดประชุมในเซีย

จดบันทึก: ____

____

____

____

____

____

II. อธานาซิอุสและสภาไนเซีย

- ประเด็นทางศาสนศาสตร์ที่สำคัญในสมัยของอธานาซิอุสคือ __________________________ ของพระเยซูคริสต์ และหลักคำสอนที่เกี่ยวข้องอย่างใกล้ชิดเรื่องตรีเอกานุภาพ

- ณ ที่ประชุมสภานั้น มีจุดยืนหลักสามประการเกี่ยวกับความเป็นพระเจ้าของพระคริสต์ถูกนำเสนอ ได้แก่:
    - ______________________________ (“มาจากแก่นสารที่ต่างกัน”): นี่คือมุมมองของเอเรียส ดังที่กล่าวไปแล้ว เขาสอนว่าพระเยซูคริสต์ พระบุตรของพระเจ้า เป็นสิ่งทรงสร้าง ดังนั้นเขาโต้แย้งว่า พระเยซูทรงมาจากแก่นสารหรือเนื้อแท้ที่ต่างจากพระเจ้าพระบิดา โดยอาศัยพื้นฐานนี้ เอเรียสยืนยันว่าพระคริสต์ไม่ได้เท่าเทียมกับพระบิดาในแง่สิทธิอำนาจหรือความเป็นพระเจ้า กล่าวคือ เอเรียสปฏิเสธว่าพระเยซูเป็นพระเจ้า แต่กลับสอนว่าพระองค์ทรงเป็นสิ่งทรงสร้าง
    - ______________________________ (“มาจากแก่นสารเดียวกัน”): ตรงข้ามกับเอเรียส, อเล็กซานเดอร์และอธานาซิอุสยืนยันว่า พระเยซูคริสต์ไม่ใช่สิ่งทรงสร้าง แทนที่จะเป็นเช่นนั้น พระองค์ทรงเป็นพระบุตรนิรันดร์ของพระเจ้าผู้ซึ่งมีสถานะเท่าเทียมกับพระบิดา เนื่องด้วยพระเจ้าพระบุตรทรงเป็นนิรันดร์ (เช่นเดียวกับพระบิดา) พระองค์ทรงมาจากแก่นสารหรือเนื้อแท้เดียวกันกับพระบิดา กล่าวคือ อเล็กซานเดอร์และอธานาซิอุสยืนยันว่า พระเยซูทรงเป็นพระเจ้าโดยสอนว่าพระองค์ไม่ใช่สิ่งทรงสร้าง แต่เป็นพระผู้สร้างที่ไม่ได้ถูกใครสร้างมา
    - ______________________________ (“มาจากแก่นสารที่คล้ายกัน”): เมื่อจุดยืนดั้งเดิมของเอเรียส (hetero-ousios) ถูกปฏิเสธโดยทันทีจากพวกบิชอปที่เข้าร่วมประชุม ฉบับปรับปรุงก็ถูกผลิตออกมา โดยเสนอว่าพระบุตรของพระเจ้ามาจาก “แก่นสารที่คล้ายกัน” กับพระบิดา เอเรียสและผู้สนับสนุนของเขาย้ายมายึดจุดยืนนี้ โดยใช้วลี “แก่นสารที่คล้ายกัน” เพื่อทำให้ความแตกต่างที่พวกเขาบอกว่ามีอยู่ระหว่างพระบิดาและพระบุตรเหลือน้อยที่สุด อเล็กซานเดอร์และอธานาซิอุสปฏิเสธที่จะยอมรับจุดยืนนี้ เพราะว่าพวกเขาเข้าใจอย่างถูกต้องว่า “คล้ายกัน” ยังคงหมายความว่า “ต่างกัน”

จดบันทึก: ______________________________

____

____

____

____

____

❖ **สำหรับการอภิปราย:** พระเจ้าพระบุตรทรงเป็นนิรันดร์ร่วมกับพระเจ้าพระบิดามีความหมายอย่างไร? ขอให้อ่านยอห์น 1:1-3 ข้อพระคำเหล่านี้เกี่ยวข้องอย่างไรกับสิ่งที่เกิดขึ้นที่สภาไนเซีย?

III. จุดเริ่มต้น: สิทธิอำนาจของพระคัมภีร์

- เหตุใดเหล่าผู้นำคริสเตียนที่ชุมนุมกันที่เมืองไนเซียจึงยืนยันหลักคำสอนเรื่องความพระเจ้าของพระคริสต์อย่างท่วมท้น? จุดเริ่มต้นหลักคือพระคัมภีร์ และพวกเขาเห็นความจริงเรื่องนี้ถูกสั่งสอนไว้อย่างชัดเจนในพระวจนะของพระเจ้า

> **เกรกอรีแห่งนิสซา** (ค.ศ. 335-395): “อะไรล่ะที่เป็นคำตอบของเรา [ต่อผู้สนับสนุนเอเรียส]? เราไม่เชื่อว่าเป็นเรื่องถูกต้องที่จะทำให้ขนบธรรมเนียมที่มีอยู่ของพวกเขาเป็นกฎและบัญญัติแห่งหลักคำสอนที่ดี เพราะถ้าหากขนบธรรมเนียม [หรือคำสอนสืบทอด] มีไว้เพื่อพิสูจน์ว่าสิ่งใดถูกต้อง แน่นอนว่าพวกเราก็อาจผลักดัน

ขนบธรรมเนียมที่มีของเรา หากพวกเขาปฏิเสธขนบธรรมเนียมของเรา เราก็ไม่จำเป็นต้องทำตามพวกเขา จงให้พระคัมภีร์ซึ่งได้รับการดลใจจากพระเจ้าเป็นสิ่งตัดสินชี้ขาดเรื่องของเรา และคะแนนเสียงแห่งสัจจะย่อมต้องถูกมอบแด่ฝ่ายที่มีหลักคำสอนสอดคล้องกับพระคำของพระเจ้า"[1]

▶ **ความจริงเรื่องความเป็นพระเจ้าของพระเยซูปรากฏอยู่ทั่วพระคัมภีร์** นี่คือหลักฐานสิบประการที่ยืนยันหลักคำสอนเรื่องความเป็นพระเจ้าของพระคริสต์ โดยมีการอ้างอิงข้อพระคัมภีร์ที่สอดคล้อง ดังนี้:

1. _____—ในพระคัมภีร์เดิม ผู้เผยพระวจนะอิสยาห์ทำนายว่า พระเมสสิยาห์จะเป็น "พระเจ้าผู้ทรงมหิทธิฤทธิ์" (อสย. 9:6; มธ. 1:23)

2. _____—พระเยซูทรงอธิบายว่า พระองค์ทรงอยู่กับพระบิดาในนิรันดร์กาลอดีต ก่อนที่โลกจะถูกสร้างขึ้น (ยอห์น 17:5; และโปรดดู ยอห์น 1:1-2; 6:62; 8:23; 16:28)

3. _____—โดยที่ทรงเรียกพระองค์เองว่า "เราเป็น" ในยอห์น 8:58 พระเยซูทรงชี้ว่าพระองค์เองเป็นพระยาห์เวห์ พระนามพันธสัญญาของพระเจ้าในพระคัมภีร์เดิม (และโปรดดู ยอห์น 6:51; 10:9, 11; 11:25; 14:6; 15:1) ผู้เขียนพระคัมภีร์ใหม่คนอื่นๆ ยังอ้างข้อความจากพระคัมภีร์เดิมเกี่ยวกับพระยาห์เวห์ และประยุกต์ใช้กับพระเยซูโดยตรง (ดู มธ. 3:3; รม. 10:9-13; ฟป. 2:10-11; 1 ปต. 3:14-15)

4. _____—พระเยซูทรงอ้างสิทธิอำนาจเหนือวันสะบาโต (มธ. 12:8; มาระโก 2:28; ลูกา :5) และเหนือชะตาชีวิตบั้นปลายของผู้คน (ยอห์น 8:24; และโปรดดู ลูกา 12:8-9; ยอห์น 5:22, 27-29) นอกจากนี้พระองค์ทรงอ้างสิทธิอำนาจในการอภัยบาป (มาระโก 2:5-11) แม้กระทั่งศัตรูของพระเยซูยังยอมรับว่า สิทธิอำนาจเช่นนี้เป็นของพระเจ้าเท่านั้น

5. _____—พระเยซูไม่เพียงแต่อ้างสิทธิอำนาจจากพระเจ้า แต่ยังทรงใช้ฤทธิ์อำนาจของพระเจ้าโดยมิใช่อะไรมากกว่าถ้อยคำเดียว พระองค์ทรงมีอำนาจเหนือมารซาตาน (มาระโก 1:29-31, 40-45; 5:25-43; 8:22-26) พระองค์ทรงใช้อำนาจซ้ำแล้วซ้ำเล่าในการกระทำสิ่งที่มีเพียงพระเจ้าเท่านั้นที่ทรงกระทำได้

6. _____—เพื่อให้สอดคล้องกับพระราชอำนาจของพระองค์ พระเยซูทรงอ้างกรรมสิทธิ์เหนือสรรพสิ่งที่เป็นของพระเจ้าเท่านั้น

7. _____—พระคัมภีร์เดิมห้ามการนมัสการผู้ใดนอกจากพระเจ้าเท่านั้น (อพย. 20:3) กระนั้นพระคัมภีร์ใหม่ประกาศว่าพระเยซูควรค่าแก่การนมัสการ (มธ. 14:33; 28:9; ลูกา 24:53; ฟป. 2:10-11; ฮบ. 1:6; วว. 1:17) นัยที่ชัดเจนก็คือว่า พระเยซูทรงเป็นพระเจ้า

8. _____—พระเยซูทรงรับบรรดาศักดิ์แห่งพระเจ้ามาใช้กับพระองค์เอง ตัวอย่างเช่น ทรงเรียกพระองค์เองว่าบุตรมนุษย์ บรรดาศักดิ์ที่สะท้อนนัยความเป็นพระเจ้าตามพระธรรมดาเนียล 7:13-14 นอกจากนี้ ยังทรงเรียกพระองค์เองว่าพระบุตรของพระเจ้า กระทั่งศัตรูของพระองค์ยังยอมรับว่า โดยการใช้ชื่อบรรดาศักดิ์นั้น พระเยซูทรงอ้างถึงความเท่าเทียมกับพระเจ้า (มธ. 27:43; ยอห์น 5:18; 10:46; 19:7)

9. _____—ในห้องชั้นบนในคืนก่อนการสิ้นพระชนม์ พระเยซูทรงอธิบายว่าพระองค์ทรงเป็นหนึ่งเดียวกันโดยสมบูรณ์กับพระบิดา พระองค์ตรัสกับพวกสาวกว่า "คนที่ได้เห็นเราก็ได้เห็นพระบิดา" (ยอห์น 14:9-10; และโปรดดู 10:30; 12:45) หากพระเยซูทรงมิได้มีสถานะเท่ากับพระบิดา พระองค์คงจะไม่มีทางกล่าวอ้างเช่นนั้นและคงจะเป็นคนโกหก

10. _____—ส่วนอื่นๆ ของพระคัมภีร์ใหม่ นอกจากพระกิตติคุณทั้งสี่เล่ม ยืนยันซ้ำแล้วซ้ำเล่า ว่าพระเยซูทรงเป็นพระเจ้า หลักฐานรวมหมู่จากพระคัมภีร์ใหม่ให้ตัวอย่างที่ไม่อาจปฏิเสธได้ในการยืนยันความเป็น พระเจ้าของพระคริสต์ (ยอห์น 1:1; กิจการ 20:28; รม. 9:5; 1 คร. 1:24; 2 คร. 4:4; ฟป. 2:6; คส. 2:9; 2:13; ทิตัส 1:3; ฮบ. 1:3, 8; 2 ปต. 1:1; 1 ยอห์น 5:20)

จดบันทึก: _____

_____

_____

_____

_____

❖ **สำหรับการอภิปราย:** จากบรรดาเหตุผลต่างๆ ที่เขียนไว้ข้างต้น ข้อไหนที่คุณพบว่ามีน้ำหนักมากที่สุดเกี่ยวกับความเป็น พระเจ้าของพระคริสต์? คุณจะใช้เหตุผลเหล่านี้อย่างไรเพื่อนำเสนอความจริงที่ว่าพระเยซูทรงเป็นพระเจ้าแก่ผู้ไม่เชื่อ?

IV. พยานในประวัติศาสตร์: การยืนยันของปิตาจารย์

▶ ความซื่อสัตย์จริงจังในเรื่องความเป็นพระเจ้าของพระคริสต์ถูกยืนยันซ้ำแล้วซ้ำเล่าโดยบรรดาผู้นำคริสตจักรยุคแรก และ นี่คือรายชื่อผู้แทนสิบนักเขียนคริสเตียนยุคแรก:

  ▶ **อิกเนเชียสแห่งอันทิโอก** (ค.ศ. 50-117): "เพราะพระเจ้าของเรา, พระเยซูคริสต์, ทรงปฏิสนธิในครรภ์ของนางมารี ตามแผนงานของพระเจ้า ทั้งจากพงศ์พันธุ์ของดาวิดและพระวิญญาณบริสุทธิ์"[2]

  ▶ **อิกเนเชียส** (อีกครั้ง): "จงรอคอยผู้นั้นที่อยู่เหนือกาลเวลาอย่างมีความหวัง: ผู้ทรงเป็นนิรันดร์, ผู้ทรงไม่ปรากฏแก่ตา แต่เพราะเห็นแก่เราทรงปรากฏแก่ตาเรา; ผู้ทรงไม่เป็นที่จับต้องได้, ผู้ทรงไม่ทุกข์ทรมาน แต่เพราะเห็นแก่เราทรงรับ ทรมาน และเพราะเห็นแก่เราทรงเพียรอดทนในทุกวิถีทาง"[3]

  ▶ **โปลิคาร์ปแห่งสเมอร์นา** (ค.ศ. 69-155): "บัดนี้ขอพระเจ้าและพระบิดาขององค์พระเยซูคริสต์เจ้าของเรา และ มหาปุโรหิตนิรันดร์ พระบุตรของพระเจ้าคือพระเยซูคริสต์ เสริมสร้างพวกท่านในความเชื่อและความจริง . . ., และแด่ พวกเรากับพวกท่าน, และแด่ผู้คนเหล่านั้นทุกคนใต้ฟ้าสวรรค์ที่ยังไม่เชื่อในองค์พระผู้เป็นเจ้าและพระเจ้าพระเยซูคริสต์ ของเราและในพระบิดาของพระองค์ผู้ทรงทำให้พระองค์เป็นขึ้นมาจากตาย"[4]

  ▶ **จดหมายของบารนาบัส** (ค.ศ. 130): "หากองค์พระ[เยซู]เจ้าทรงยอมจำนนในการทนทุกข์ทรมานเพื่อจิตวิญญาณ ของเรา แม้ว่าพระองค์ทรงเป็นพระเจ้าของทั้งโลก ผู้ซึ่งพระเจ้าตรัสกับพระองค์ตอนเริ่มสร้างโลกว่า 'ให้เราสร้างมนุษย์ ตามฉายาของเรา ตามอย่างของเรา' เช่นนั้นแล้ว พระองค์ทรงยอมจำนนในการทนทุกข์ทรมานจากน้ำมือของมนุษย์ ได้อย่างไร"[5]

  ▶ **จัสติน** (ค.ศ. 100-165): "ก่อนอื่นขอให้ข้าพเจ้าเล่าถึงคำพยากรณ์ต่างๆ ที่ข้าพเจ้ามุ่งจะทำเพื่อพิสูจน์ว่าพระคริสต์ทรง ถูกเรียกว่าพระเจ้าและองค์พระผู้เป็นเจ้าจอมโยธา"[6]

- **จัสติน ผู้พลีชีพเพราะความเชื่อ** (อีกครั้ง): "ดังนั้น ถ้อยคำเหล่านี้เป็นประจักษ์พยานว่า พระองค์ [พระเยซู] ทรงถูกเป็นพยานถึงโดยพระองค์ [พระบิดา] ผู้ทรงสถาปนาสิ่งเหล่านี้ ว่าเป็นผู้ทรงสมควรแก่การนมัสการ ในฐานะพระเจ้าและพระคริสต์"[7]

- **ทาเชียน** (ค.ศ. 110-172): "โอ้ ชาวกรีกเอ๋ย เราไม่ได้แสดงออกดั่งพวกโง่เขลา หรือเล่านิทานไร้สาระเมื่อเราประกาศว่า พระเจ้าได้ประสูติในสภาพมนุษย์"[8]

- **เมลิโตแห่งซาร์ดิส** (เสียชีวิต ค.ศ. 130): "พระองค์ผู้ซึ่งแขวนโลกไว้ในอวกาศกลับถูกแขวน; พระองค์ผู้ซึ่งยึดฟ้าสวรรค์กลับถูกตอกตะปูยึดไว้ พระองค์ผู้ซึ่งยกแผ่นดินโลกขึ้นกลับถูกยกขึ้นไว้บนต้นไม้; องค์พระผู้เป็นเจ้าของสรรพสิ่งทั้งปวงถูกทำให้อับอายเสื่อมเสียในพระกายเปลือยเปล่า—พระเจ้าถูกประหาร! . . . เพื่อที่ว่าพระองค์จะไม่เป็นที่มองเห็น, ดวงสว่างถูกทำให้หายไป, และกลางวันถูกทำให้มืดมน—เพราะว่าพวกเขาสังหารพระเจ้า ผู้ทรงถูกแขวนเปลือยพระกายบนต้นไม้. . . . นี่คือพระเจ้าผู้ทรงสร้างฟ้าสวรรค์และแผ่นดินโลก และในตอนแรกเริ่ม ด้วยกันกับพระบิดา ทรงสร้างมนุษย์ขึ้น; ผู้ทรงถูกประกาศโดยทางบัญญัติและผู้เผยพระวจนะ; ผู้ทรงรับสภาพกายเนื้อในครรภ์ของหญิงพรหมจรรย์; ผู้ทรงถูกแขวนไว้บนต้นไม้; ผู้ทรงถูกฝังบนแผ่นดินโลก; ผู้ทรงเป็นขึ้นจากความตาย และเสด็จขึ้นสู่สวรรค์เบื้องบน และทรงประทับอยู่เบื้องขวาของพระบิดา"[9]

- **อิเรเนอุสแห่งลียง** (ค.ศ. 120-202): "[พระเยซูคริสต์] ทรงเป็นพระเจ้า, องค์เจ้านาย, และกษัตริย์นิรันดร์ เหนือมนุษย์ทุกคนที่เคยมีชีวิต, และพระวาทะที่บังเกิดเป็นมนุษย์ ถูกป่าวประกาศโดยผู้เผยพระวจนะทุกคน, พวกอัครทูต, และโดยองค์พระวิญญาณเอง"[10]

- **อิเรเนอุส** (อีกครั้ง): "พระเยซูคริสต์ [ทรงเป็น] องค์เจ้านาย, และพระเจ้า, และพระผู้ช่วยให้รอด, และกษัตริย์ของเราตามน้ำพระทัยของพระบิดาผู้ทรงไม่ปรากฏแก่ตา"[11]

- **อิเรเนอุส** (อีกครั้ง): "ดังนั้น พระคริสต์ ด้วยกันกับพระบิดา ทรงเป็นพระเจ้าของสิ่งมีชีวิต, ผู้ตรัสกับโมเสส, และยังเป็นผู้ที่ถูกสำแดงต่อพวกปิตาจารย์"[12]

- **อิเรเนอุส** (อีกครั้ง): "พระองค์ทรงได้รับคำพยานจากทุกคน ว่าทรงเป็นมนุษย์แท้ และทรงเป็นพระเจ้าแท้, จากพระบิดา, พระวิญญาณ, จากทูตสวรรค์, จากสิ่งทรงสร้าง, จากมนุษย์, จากพวกวิญญาณนอกรีตและมารซาตาน"[13]

- **คลีเมนต์แห่งอเล็กซานเดรีย** (ค.ศ. 150-215): "เช่นนั้น พระวาทะนี้, พระคริสต์, ผู้เป็นสาเหตุแห่งการมีชีวิตของเราในตอนแรก (เพราะพระองค์ทรงอยู่ในพระเจ้า) และสาเหตุแห่งสวัสดิภาพของเรา พระวาทะที่ว่านี้ปรากฏขึ้นเป็นมนุษย์โดยที่พระองค์ทรงเป็นทั้งสองอย่าง คือทั้งพระเจ้าและมนุษย์—ผู้ลิขิตพระพรทั้งหมดให้แก่เรา; โดยพระองค์เรา (ในการถูกสอนให้ใช้ชีวิตให้ดี) ถูกกำหนดให้อยู่ระหว่างทางสู่ชีวิตนิรันดร์. . . . พระวาทะ, ผู้ซึ่งในตอนแรกเริ่มประทานชีวิตให้แก่เราในฐานะพระผู้สร้างในตอนที่ทรงสร้างเรา, สอนเราให้ใช้ชีวิตให้ดีในตอนที่สำแดงพระองค์เป็นพระอาจารย์ของเรา; เพื่อที่ในฐานะพระเจ้า พระองค์จะได้กำหนดทิศทางเราสู่ชีวิตนิรันดร์ภายหลังจากนั้น"[14]

- **เทอร์ทูลเลียน** (ค.ศ. 160-225): "เพราะว่าพระเจ้าเท่านั้นที่ปราศจากบาป; และมนุษย์คนเดียวที่ปราศจากบาปมีเพียงพระคริสต์ เนื่องจากพระคริสต์ทรงเป็นพระเจ้าด้วย"[15]

- **เทอร์ทูลเลียน** (อีกครั้ง): "ดังนั้น พระคริสต์ทรงเป็นพระวิญญาณของพระวิญญาณ และพระเจ้าของพระเจ้า ดุจแสงสว่างของแสงสว่างที่ถูกจุด. . . .ที่ซึ่งทรงมาจากพระเจ้า และทรงเป็นพระเจ้าและเป็นพระบุตรของพระเจ้าในขณะเดียวกัน และทั้งสองเป็นหนึ่งเดียวกัน เช่นนี้แล้ว ด้วยว่าพระองค์ทรงเป็นพระวิญญาณของพระวิญญาณและพระเจ้าของ

พระเจ้า พระองค์ถึงถูกทำให้เป็นที่สองในแง่ของการดำรงอยู่—ในแง่ตำแหน่ง มิใช่คุณลักษณะ และพระองค์ไม่ได้ถอน พระองค์ออกจากแหล่งที่มาดั้งเดิม แต่ทรงออกไป ดังนั้น รังสีของพระเจ้านี้ (ดังที่ได้ถูกพยากรณ์เสมอมาในยุคโบราณ) เสด็จลงมาประสูติในหญิงพรหมจรรย์คนหนึ่ง และรับสภาพเนื้อหนังในครรภ์ของเธอ ทรงเป็นทั้งพระเจ้าและมนุษย์ โดยกำเนิด"[16]

▶ **ไคอัส** (ค.ศ. 180-217): "ใครกันที่ไม่แยแสหนังสือเล่มต่างๆ ของอิเรเนอุสและเมลิโต, และของคนอื่นๆ, ที่ประกาศว่า พระคริสต์ทรงเป็นพระเจ้าและมนุษย์? เช่นกันกับเพลงสดุดีทั้งหมดและเพลงนมัสการของพี่น้อง (ซึ่งถูกเขียนมาแต่ แรกโดยผู้ที่สัตย์ซื่อ) เฉลิมฉลองพระคริสต์ผู้เป็นพระวาทะของพระเจ้า โดยนับถือพระองค์ว่าทรงเป็นพระเจ้า"[17]

▶ ตามตัวอย่างต่างๆ ข้างต้นแสดงให้เห็นว่าบรรดาผู้เชื่อจากคริสตจักรยุคแรกเริ่ม ยอมรับความจริงเกี่ยวกับพระเยซูคริสต์: พระองค์ทรงเป็นพระเจ้าแท้และเป็นมนุษย์แท้ เป็นคนกลางเพียงผู้เดียวระหว่างพระเจ้าและมนุษย์

จดบันทึก: _____

_____

_____

_____

_____

_____

❖ **สำหรับการอภิปราย:** จากบรรดาข้อความที่ยกมาของผู้นำคริสตจักรยุคก่อนไนเซียข้างต้น ข้อความไหนสะดุดตาคุณ บ้าง? ตรงไหนที่คุณเห็นว่ามีน้ำหนักน่าเชื่อถือเกี่ยวกับข้อความเหล่านั้น?

V. ข้อสรุปของสภา: การร้อยเรียงหลักข้อเชื่อ

▶ สภาไนเซียมิได้ _____ หรือ _____ หลักคำสอนเรื่องความเป็นพระเจ้า ของพระคริสต์ แต่ได้ _____ และ _____ หลักคำสอนที่ถูกสอนมา โดยตลอด โดยคริสตจักรซึ่งย้อนกลับไปในยุคของอัครทูตและที่ถูกสถาปนาไว้ในพระคัมภีร์

หลักข้อเชื่อไนซีน: "เราเชื่อในพระเจ้าหนึ่งเดียว, พระบิดาผู้ทรงฤทธิ์สูงสุด, พระผู้สร้างทุกสรรพสิ่งที่ปรากฏและ ไม่ปรากฏแก่ตา; และเราเชื่อในองค์พระผู้เป็นเจ้าพระเยซูคริสต์พระองค์เดียว, พระบุตรของพระเจ้า, ผู้ทรงบังเกิด หนึ่งเดียวของพระบิดาของพระองค์, เป็นแก่นสารของพระบิดา, ทรงเป็นพระเจ้าของพระเจ้า, แสงสว่างของ แสงสว่าง, พระเจ้าแท้ของพระเจ้าแท้, ทรงบังเกิด, ไม่ใช่ถูกสร้าง, ทรงเป็นแก่นสารเดียวกันกับพระบิดา ทุกสิ่ง ถูกสร้างขึ้นโดยพระองค์, ทั้งสิ่งที่อยู่ในสวรรค์และในแผ่นดินโลก, ผู้ทรงเสด็จลงมาจากสวรรค์เพื่อเราที่เป็นมนุษย์ และเพื่อความรอดของเรา และทรงบังเกิด และรับสภาพเป็นมนุษย์ พระองค์ทรงทนทุกข์ทรมาน และในวันที่สาม พระองค์ทรงเป็นขึ้นมาจากตาย และเสด็จขึ้นสู่สวรรค์ พระองค์จะเสด็จมาอีกเพื่อพิพากษาทั้งคนเป็นและคนตาย และเราเชื่อในพระวิญญาณบริสุทธิ์"[18]

จดบันทึก: ______________________________

____

____

____

____

❖ **สำหรับการอภิปราย:** ในตอนต้นของบทเรียนนี้ เรารับรู้ว่าพระคัมภีร์ต้องเป็นแหล่งสิทธิอำนาจของสิ่งที่เราเชื่อ ไม่ใช่สภาคริสตจักร ทำไมหลักการนี้จึงสำคัญที่เราต้องจดจำ โดยเฉพาะอย่างยิ่งเมื่อศึกษาเรื่องสภาไนเซียและหลักข้อเชื่อไนซีน?

VI. ยืนหยัดต่อสู้กับโลก

- แม้ว่าเขาเป็นเพียงมัคนายกในสมัยของสภาไนเซีย (ค.ศ. 325) แต่อธานาซิอุสใช้เวลาส่วนใหญ่ของศตวรรษที่ 4 ในการต่อสู้กับคำสอนเทียมเท็จของเอเรียส เขาได้กลายเป็นบิชอปแห่งอเล็กซานเดรียในไม่กี่ปีต่อมา (ค.ศ. 328)

จดบันทึก: ______________________________

____

____

____

____

❖ **สำหรับการอภิปราย:** อธานาซิอุสยอมทนถูกเนรเทศกว่า 17 ปี เพราะเขาปฏิเสธที่จะประนีประนอมกับความจริงที่ว่าพระเยซูทรงเป็นพระเจ้า เหตุใดอธานาซิอุสจึงถือว่าหลักคำสอนเรื่องความเป็นพระเจ้าของพระคริสต์มีความสำคัญมาก? คุณเต็มใจที่จะถูกเนรเทศเพื่ออะไรบ้าง?

VII. มรดกของอธานาซิอุส

- นี่คือบางบทเรียนที่เราสามารถเรียนรู้จากชายที่มีฉายาว่า "ธรรมิกชนแห่งความดื้อรั้น"
    - **เราควรเต็มใจที่จะต่อสู้อย่างจริงจังเพื่อหลักคำสอนคริสเตียนแกนกลาง (โปรดดู ยูดา 3-4)** ความเข้าใจที่ถูกต้องเกี่ยวกับพระบุคคลของพระคริสต์ไม่ใช่เรื่องรอบนอก แต่เป็นจุดศูนย์กลางของความเชื่อ อธานาซิอุสตระหนักถึงความสำคัญของความจริงนั้น และเขาเต็มใจที่จะเสียสละมากมายเพื่อปกป้องมัน
    - **บางครั้ง การเป็นคนสัตย์ซื่อหมายความว่าคุณจะไม่เป็นที่ชื่นชอบ** อธานาซิอุสกลายเป็นเป้าของการโจมตีทางการเมืองและการดูหมิ่นของสาธารณชนเพราะเขาไม่ยอมประนีประนอม ความมุ่งมั่นยืนหยัดของเขาเป็นตัวอย่างที่น่าสนใจให้เราต้องพิจารณา

▶ **กุญแจสำคัญในการถวายเกียรติแด่พระเจ้า คือการยึดมั่นอย่างมั่นคงและสัตย์ซื่อในสิ่งที่พระคัมภีร์สอน** ศิษยาภิบาลที่ลงนามรับรองหลักข้อเชื่อไนซีนทำเช่นนั้น เพราะพวกเขาเห็นความเป็นพระเจ้าของพระคริสต์ถูกสอนไว้อย่างชัดเจนในพระคัมภีร์ ความเชื่อมั่นเดียวกันที่มีพระคัมภีร์เป็นพื้นฐานเติมเชื้อไฟให้กับความตั้งใจแน่วแน่ของอธานาซิอุส แม้จะต้องเผชิญกับการต่อต้านอย่างรุนแรง

▶ **ตัวอย่างต่าง ๆ ของบุรุษผู้สัตย์ซื่อหลายรุ่นในอดีตควรกระตุ้นให้เราที่จะยืนหยัดอย่างสัตย์ซื่อ*ต่อสู้กับโลกในยุคสมัยของเรา*** อธานาซิอุสใช้ชีวิตเกิดผลตามความเชื่ออย่างมั่นคงและกล้าหาญ เขาอุทิศทุ่มเทต่อความจริงอย่างไม่หวั่นไหว ตัวอย่างนี้ควรกระตุ้นให้เราทำแบบเดียวกันในยุคสมัยของเรา ความจริงตามพระคัมภีร์ถูกโจมตีอย่างต่อเนื่อง คำถามก็คือ เราเต็มใจที่จะยืนหยัดเพื่อสิ่งที่เรารู้ว่าถูกต้องและเป็นความจริงหรือไม่?

❖ **สำหรับการอภิปราย:** บทเรียนไหนบ้างในเนื้อหาของบทนี้ที่น่าสนใจที่สุดสำหรับคุณ? คุณจะทำอะไรบ้างที่จะประยุกต์ใช้หลักการนั้นให้เกิดผลในชีวิต?

พระคุณและความจริง
ออกัสติน, คริซัสตัม, และคริสตจักรยุคหลังไนซีน

ข้อพระคัมภีร์หลัก: ยอห์น 1:14-17

*"พระวาทะทรงเกิดเป็นมนุษย์และทรงอยู่ท่ามกลางเรา เราเห็น
พระสิริของพระองค์ คือ พระสิริที่สมกับพระบุตรองค์เดียวของ
พระบิดา บริบูรณ์ด้วยพระคุณและความจริง ยอห์นเป็นพยานให้กับ
พระองค์ และร้องประกาศว่า 'นี่แหละ คือพระองค์ผู้ที่ข้าพเจ้ากล่าว
ถึงว่า พระองค์ผู้เสด็จมาภายหลังข้าพเจ้าทรงเป็นใหญ่กว่าข้าพเจ้า
เพราะว่าพระองค์ทรงดำรงอยู่ก่อนข้าพเจ้า' เพราะเราได้รับพระคุณ
ซ้อนพระคุณจากความบริบูรณ์ของพระองค์ คือว่าเราได้ธรรมบัญญัติ
นั้นมาทางโมเสส ส่วนพระคุณและความจริงมาทางพระเยซูคริสต์"*

ค.ศ. 354	ค.ศ. 395	ค.ศ. 430
ปีเกิดของ ออกัสติน	ออกัสตินได้รับแต่งตั้ง เป็นบิชอปแห่งฮิปโป	การตายของ ออกัสติน

~ค.ศ. 347	ค.ศ. 397	ค.ศ. 407
ปีเกิดของ คริซัสตัม	คริซัสตัมได้รับแต่งตั้งเป็น อาร์คบิชอปแห่ง คอนสแตนติโนเปิล	การตายของ คริซัสตัม

I. บทนำ

▶ เพื่อที่จะเน้นสาระสำคัญของพระคุณและความจริง เราจะพิจารณาผลกระทบของสองผู้นำคริสเตียนที่มีอิทธิพล ผู้มีชีวิต
ในปลายศตวรรษที่ 4 และต้นศตวรรษที่ 5

จดบันทึก:_____

_____

_____

_____

_____

_____

II. ออกัสติน (ค.ศ. 354-430)

▶ ออเรลิอุส ออกัสติเนียส ("ออกัสติน") เป็นหนึ่งในนักศาสนศาสตร์ที่มีอิทธิพลมากที่สุดในประวัติศาสตร์คริสตจักร เขาเกิด
ในแอฟริกาเหนือ ไม่ไกลจากชายฝั่งทะเลเมดิเตอร์เรเนียน ปัจจุบันนี้คือประเทศแอลจีเรีย

▶ คำพยานของเขาแสดงให้เห็นอย่างชัดเจนถึงฤทธิ์อำนาจแห่งพระคุณของพระเจ้าในการช่วยให้รอด

> **โรม 13:13-14**—"ให้เราประพฤติตัวเรียบร้อยสมกับเวลากลางวัน ไม่ใช่เลี้ยงเสพสุราเมามาย ไม่ใช่หยาบโลนลามก
> ไม่ใช่วิวาทริษยากัน แต่ท่านทั้งหลายจงประดับกายด้วยพระเยซูคริสต์องค์พระผู้เป็นเจ้า และอย่าจัดเตรียมอะไรไว้
> เพื่อสนองตัณหาของเนื้อหนัง"

จดบันทึก: _____

_____

_____

_____

_____

_____

❖ **สำหรับการอภิปราย:** เรื่องราวการกลับใจเชื่อของออกัสตินเป็นที่ยอมรับว่าน่าทึ่งมาก ความเป็นจริงก็คือว่า ทุกคำพยานเรื่องพระคุณพระเจ้าเป็นเรื่องน่าอัศจรรย์ โดยคำนึงถึงข้อนี้ คุณจะอธิบายถึงวิธีการที่พระเจ้าได้ทรงช่วยกู้คุณจากบาปและดึงคุณเข้าหาพระองค์อย่างไร?

ก. ออกัสตินและพระคุณ

▶ ออกัสตินถูกเรียกว่า _____ เนื่องจากการที่เขาเน้นถึงพระคุณพระเจ้าในความรอด

▶ ด้วยสาระสำคัญนั้น ขอให้พิจารณาข้อความที่ตัดมาจากงานเขียนของออกัสตินที่เน้นสาระสำคัญว่าด้วยเรื่องพระคุณและพระเมตตาของพระเจ้า:

▶ คนบาปไม่ได้ถูกนับว่าเป็นผู้ชอบธรรมโดยอาศัย _____ ของตนเอง พวกเขาได้รับความรอดโดย_____:

ออกัสติน: "เราสรุปได้ว่า มนุษย์คนหนึ่งไม่ได้ถูกนับว่าชอบธรรมโดยการถือกฎแห่งชีวิตที่บริสุทธิ์ แต่โดยความเชื่อในพระเยซูคริสต์; กล่าวคือ ไม่ใช่โดยกฎแห่งการกระทำ แต่โดยกฎแห่งความเชื่อ; ไม่ใช่โดยตัวอักษร แต่โดยจิตวิญญาณ; ไม่ใช่โดยคุณความดีจากความประพฤติ แต่โดยพระคุณที่ให้เปล่า"[1]

ออกัสติน: "ไม่มีผู้ใดถูกนับว่าเป็นผู้ชอบธรรมโดยการกระทำดีของตนเอง เพราะหากเขาไม่ได้ถูกนับว่าเป็นผู้ชอบธรรม เขาจะไม่สามารถทำดีได้เลย กระนั้นก็ดี พระเจ้าทรงนับคนต่างชาติว่าชอบธรรมโดยทางความเชื่อ"[2]

▶ ในทำนองเดียวกัน พวกธรรมิกชนในพระคัมภีร์เดิมไม่ได้รับความรอดโดยอาศัยความประพฤติดีของตนเอง แต่โดยทาง _____:

ออกัสติน: "[อับราฮัม] ถูกนับว่าเป็นผู้ชอบธรรมมิใช่โดยคุณความดีของเขา, หรือการกระทำ, แต่โดยพระคุณของพระเจ้าโดยทางความเชื่อ"[3]

ออกัสติน: [กล่าวถึงธรรมิกชนในพระคัมภีร์เดิม] "แม้คุณจะอ้างอะไรก็ตามเพื่อบอกว่าบรรดาผู้ชอบธรรมยุคโบราณถูกครอบงำ ไม่มีสิ่งใดช่วยให้พวกเขารอดนอกจากความเชื่อในคนกลางผู้ไกล่เกลี่ยซึ่งหลั่งพระโลหิตของพระองค์เพื่อการยกหนี้บาปของพวกเขา"[4]

▶ เพราะว่าความรอดได้มาด้วยพระคุณและมิใช่การกระทำ แม้กระทั่งคนบาปที่ชั่วที่สุดก็รับความรอดได้:

ออกัสติน: "แล้วคนที่ไม่กระทำอะไรเลยล่ะจะเป็นอย่างไร? ลองนึกถึงคนบาปที่ไม่มีพระเจ้า ผู้ซึ่งไม่มีความดี ใดๆ ให้เห็นเขาหรือเธอจะเป็นอย่างไร? จะเป็นอย่างไรหากคนเช่นนั้นมาเชื่อพระเจ้าผู้ทรงนับคนที่ไม่เชื่อ [กล่าวคือ คนอธรรม] ว่าเป็นผู้ชอบธรรม? เมื่อมีคนเชื่อในพระองค์ผู้ทรงนับคนอธรรมว่าชอบธรรม ความเชื่อ นั้นก็นับว่าเป็นความยุติธรรมให้กับผู้ที่เชื่อ ดังที่ดาวิดเช่นกันที่ประกาศว่า บุคคลผู้ซึ่งพระเจ้าทรงยอมรับและ ประทานความชอบธรรมให้แล้ว (โดยไม่เกี่ยวกับการกระทำอันชอบธรรมใดๆ) ก็เป็นสุข นี่เป็นความชอบธรรม แบบไหนน่ะหรือ? ความชอบธรรมแห่งความเชื่อ ไม่ใช่โดยการกระทำดีก่อน แต่การกระทำดีเป็นผลที่ตามมา"[5]

ออกัสติน: "มีความเข้าใจอีกแบบหนึ่งเกี่ยวกับวลีที่ว่า 'พระองค์จะทรงช่วยพวกเขาให้รอดแบบไม่คิดมูลค่า' ก็คือ ไม่มีคุณความดีใดๆ ของพวกเขาที่ต้องมาก่อนเพื่อที่พระองค์จะทรงช่วยพวกเขาให้รอด. . . . ทุกอย่าง ในตัวพวกเขาหยาบกร้าน, ทุกอย่างเน่าเสีย, ทุกอย่างเป็นที่น่ารังเกียจ และแม้ว่าพวกเขาไม่มีอะไรถวายแด่ พระองค์เพื่อที่พวกเขาจะได้รับความรอด; 'พระองค์จะทรงช่วยพวกเขาให้รอดแบบไม่คิดมูลค่า' นั่นคือพระคุณ ของพระองค์ซึ่งเป็นของประทานให้เปล่า"[6]

▶ ข่าวประเสริฐแห่งพระคุณตัดขาดมิให้ผู้ใดโอ้อวดเกี่ยวกับความรอดของตนเอง:

ออกัสติน: "ผู้คนที่โอ้อวดจินตนาการว่าพวกเขาถูกนับว่าเป็นผู้ชอบธรรมด้วยความเพียรพยายามของตนเอง และด้วยเหตุนี้พวกเขาจึงถวายเกียรติให้กับตัวเอง หาใช่พระเจ้าไม่"[7]

ออกัสติน: ไม่มีใครสามารถกล่าวว่า เป็นเพราะคุณความดีจากการกระทำของเขา หรือเพราะคุณความดีจาก การอธิษฐานของเขา หรือเพราะคุณความดีของความเชื่อของเขา ที่ทำให้พระคุณพระเจ้าถูกประทานแด่เขา; หรือทึกทักเองว่าหลักคำสอนที่พวกนอกรีตยึดถืออยู่เป็นความจริง ว่าพระคุณพระเจ้าถูกประทานแก่เรา ตามสัดส่วนของคุณความดีของเรา"[8]

เอเฟซัส 2:8-10—"เพราะว่าท่านทั้งหลายได้รับความรอดแล้วด้วยพระคุณโดยทางความเชื่อ ความรอดนี้ไม่ใช่ มาจากตัวท่าน แต่เป็นของประทานจากพระเจ้า ไม่ใช่มาจากการกระทำ เพื่อไม่ให้ใครอวดได้ 1 เพราะว่าเรา เป็นฝีพระหัตถ์ของพระองค์ที่ทรงสร้างขึ้นในพระเยซูคริสต์เพื่อให้ทำการดี ซึ่งเป็นสิ่งที่พระเจ้าทรงจัดเตรียม ไว้ก่อนแล้วเพื่อให้เราดำเนินตาม"

❖ **สำหรับการอภิปราย:** "พระเมตตา" หมายถึง การระงับการลงโทษที่สมควรได้รับ "พระคุณ" หมายถึง การได้รับพรที่ ไม่สมควรได้รับ พระเจ้าประทานทั้งพระเมตตาและพระคุณแก่เรา สิ่งใดที่คริสเตียนสมควรได้รับแต่จะไม่ได้รับ? สิ่งใด ที่พวกเขาจะได้รับแต่พวกเขาไม่สมควรได้รับ?

ข. ออกัสตินและความจริง

▶ นอกจากการเน้นข้อเท็จจริงที่ว่าเราได้รับความรอดโดยพระคุณเท่านั้น ออกัสตินยังได้ประกาศความภักดีและการยอม จำนนต่อพระวจนะแห่งความจริง หรือพระคัมภีร์

▶ ออกัสตินยอมรับว่า เพราะว่าพระคัมภีร์มาจากพระเจ้า จึงไร้ข้อผิดพลาด กล่าวอีกนัยหนึ่ง ออกัสตินยืนยันว่าพระคัมภีร์ เป็นความจริงอย่างแน่นอนที่สุด:

ออกัสติน: "ข้าพเจ้าได้เรียนรู้ที่จะเคารพและให้เกียรติแก่พระธรรมต่างๆ ในสารบบของพระคัมภีร์: ข้าพเจ้าเชื่ออย่างหนักแน่นที่สุดว่า ผู้เขียนพระธรรมเหล่านี้เท่านั้นที่ไร้ข้อผิดพลาดโดยสมบูรณ์"[9]

ออกัสติน: "พระคัมภีร์บริสุทธิ์ พระคัมภีร์เป็นความจริง พระคัมภีร์ไร้ที่ติ"[10]

ออกัสติน: "สำหรับข้าพเจ้า ดูเหมือนว่าผลที่ตามมาที่เลวร้ายที่สุดจะต้องเกิดจากความเชื่อของเราว่าสามารถพบข้อผิดพลาดใดๆ ได้ในพระธรรมอันศักดิ์สิทธิ์เล่มต่างๆ"[11]

▶ ออกัสตินไม่เพียงมองว่าพระคัมภีร์ไม่ผิดพลาด (ปราศจากข้อผิดพลาด) แต่ยังมองว่าพระคัมภีร์มีสิทธิอำนาจสมบูรณ์สูงสุด ไม่มีสิทธิอำนาจใดสูงกว่าพระวจนะของพระเจ้า

ออกัสติน: "พระผู้ไกล่เกลี่ยองค์นี้—ซึ่งได้ตรัสสิ่งที่ทรงพิพากษาว่าเพียงพอผ่านผู้เผยพระวจนะเป็นลำดับแรก, จากนั้นโดยพระโอษฐ์ของพระองค์เอง, และต่อมาโดยอัครทูต—ได้ทรงสร้างพระคัมภีร์ซึ่งเป็นสารบบ, มีสิทธิอำนาจสูงสุด, และเราเห็นด้วยกับพระคัมภีร์ในทุกประเด็นซึ่งเราไม่ควรจะเพิกเฉย แต่เราก็ไม่สามารถเข้าใจประเด็นเหล่านั้นได้ด้วยตนเอง"[12]

ออกัสติน: "เหตุฉะนั้น ทุกสิ่งที่เขียนไว้ในพระคัมภีร์จะต้องถูกเชื่อโดยสมบูรณ์"[13]

▶ ด้วยเหตุนี้ ออกัสตินมองพระคัมภีร์ในฐานะสิทธิอำนาจที่สูงกว่าสิ่งใดๆ ที่เคยถูกเขียนมา รวมถึงงานเขียนต่างๆ ของปิตาจารย์คริสตจักรยุคแรกๆ

ออกัสติน: "ในหนังสือต่างๆ นับไม่ถ้วนที่ถูกเขียนภายหลัง [ปิดสารบบพระคัมภีร์] บางครั้งเราอาจพบความจริงเดียวกันเหมือนกับในพระคัมภีร์ แต่มันไม่ได้มีสิทธิอำนาจอย่างเดียวกัน พระคัมภีร์มีความศักดิ์สิทธิ์เฉพาะตัว"[14]

▶ โดยยอมรับสิทธิอำนาจของพระคัมภีร์ ออกัสตินสอนว่า การโต้เถียงใดๆ ที่เกี่ยวกับหลักคำสอนหรือคริสตจักรควรจะถูกจัดการโดยอาศัยความจริงแห่งพระคัมภีร์

ออกัสติน: "ขอให้เราขจัดสิ่งเหล่านั้นที่เรากล่าวอ้างเพื่อมาต่อสู้กันและกันโดยไม่ได้อยู่ในสารบบพระคัมภีร์ แต่มาจากแหล่งอื่นๆ ออกไปจากท่ามกลางเรา บางคนอาจถามว่า 'ทำไมท่านจึงต้องการขจัดสิ่งเหล่านี้ออกไปจากท่ามกลางเรา?' เพราะว่าข้าพเจ้าไม่ต้องการให้คริสตจักรอันศักดิ์สิทธิ์ถูกพิสูจน์โดยเอกสารของมนุษย์ แต่โดยคำพยากรณ์ของพระเจ้า"[15]

ออกัสติน: "ขอให้เราไม่ได้ยินว่า 'ข้าพูดแบบนี้ เจ้าพูดแบบนี้' แต่ขอเป็น 'นี่คือสิ่งที่พระเจ้าตรัส' แน่นอนว่ามันเป็นพระธรรมเล่มต่างๆ ของพระเจ้าซึ่งเราทั้งสองฝ่ายเห็นพ้องในสิทธิอำนาจและเชื่อร่วมกัน จุดนั้นเองให้เราแสวงหาคริสตจักร จุดนั้นเองให้เราอภิปรายกรณีของเรา"[16]

▶ ออกัสติสเข้าใจว่า แม้กระทั่งสิทธิอำนาจของสภาคริสตจักร (เช่น สภาไนเซีย) จะต้องอยู่ภายใต้สิทธิอำนาจของพระคัมภีร์ ความเห็นของเขาต่อผู้สนับสนุนลัทธิเอเรียสทำให้ประเด็นนี้กระจ่างชัด

ออกัสติน: "ข้าพเจ้าจะไม่นำสิทธิอำนาจแห่งไนเซียมาบังคับพวกท่าน หรือท่านจะไม่นำสิ่งเดียวกันแห่งอาริมินุมมาบังคับข้าพเจ้า; ข้าพเจ้าไม่ยอมรับสิทธิอำนาจอันหนึ่ง ดังที่พวกท่านไม่ยอมรับอีกอันหนึ่ง; แต่ขอให้เราหากจุดร่วมของทั้งสองฝ่าย นั่นคือ คำพยานแห่งพระคัมภีร์อันศักดิ์สิทธิ์"[17]

► ที่สำคัญ ออกัสตินยังมองว่าพระคัมภีร์เพียงพอ ซึ่งหมายความว่าพระวจนะของพระเจ้าเปิดเผยความจริงที่จำเป็นสำหรับการรู้หลักคำสอนที่ถูกต้องและใช้ชีวิตอย่างชอบธรรม (2 ทธ. 3:16-17)

> **ออกัสติน:** "เพราะว่าท่ามกลางสิ่งต่างๆ ที่ถูกวางไว้อย่างชัดถ้อยชัดคำในพระคัมภีร์ เราจะพบทุกประเด็นที่เกี่ยวข้องกับความเชื่อและวิถีชีวิต"[18]

> **ออกัสติน:** "อะไรที่ข้าพเจ้าควรจะสอนพวกท่านมากไปกว่าสิ่งที่เราได้อ่านในงานของอัครทูต? เพราะว่าพระคัมภีร์อันศักดิ์สิทธิ์กำหนดเกณฑ์แห่งหลักคำสอนของเรา เกรงว่าเราจะฉลาดกว่าที่เราควรจะเป็น. . . . ดังนั้น ขอให้ไม่ใช่เป็นเรื่องของข้าพเจ้าที่จะสอนท่านถึงสิ่งอื่นใด เว้นแต่การอธิบายพระวจนะของ [พระเจ้า] พระอาจารย์กับพวกท่าน และการปฏิบัติต่อพระวจนะเหมือนที่พระเจ้าจะประทานแก่ข้าพเจ้า"[19]

► หนึ่งสหัสวรรษหลังจากสมัยของออกัสติน เหล่านักปฏิรูปฝ่ายโปรเตสแตนต์รณรงค์ด้วยความเชื่อมั่นเดียวกันนี้ว่าพระวจนะของพระเจ้าไม่ผิดพลาด ทรงสิทธิอำนาจ และเพียงพอ แม้ว่าพวกนักปฏิรูปไม่ได้เห็นด้วยกับออกัสตินในทุกความแตกต่างทางศาสนศาสตร์ก็ตาม พวกเขาขอบคุณอย่างยิ่งที่เขาเน้นถึงลักษณะแห่งความไม่สมควรได้รับของพระคุณของพระเจ้าและความจริงอันทรงสิทธิอำนาจของพระวจนะของพระเจ้า

❖ **สำหรับการอภิปราย:** ขอให้อ่าน 2 ทิโมธี 3:16-17 ข้อพระคำเหล่านี้เน้นถึงการดลใจ, สิทธิอำนาจ, และความเพียงพอของพระคัมภีร์ พระคัมภีร์เพียงพอหมายความว่าอย่างไร? การนำไปประยุกต์ใช้ปฏิบัติของความเป็นจริงนี้มีอะไรบ้าง?

III. จอห์น คริซัสตัม (ค.ศ. 347-407)

► จอห์นเกิดที่เมืองอันทิโอก ประมาณปี ค.ศ. 347 ลีลาและสาระของการเทศนาของเขาทำให้เขาได้รับความนิยมอย่างมาก

► ชื่อของเขา "คริซัสตัม" (Chrysostom) แปลว่า _____ เขาเป็นหนึ่งในนักเทศน์ที่โด่งดังที่สุดในประวัติศาสตร์คริสตจักร

จดบันทึก:_____
_____
_____
_____
_____
_____

❖ **สำหรับการอภิปราย:** ในฐานะคริสเตียน คริซัสตัมอุทิศตนให้แก่การใคร่ครวญและท่องจำข้อพระคัมภีร์จำนวนมาก ขอให้อ่าน สดุดี 119:11, 105 เหตุใดจึงเป็นเรื่องสำคัญที่ผู้เชื่อจะต้องปลูกฝังพระวจนะของพระเจ้าไว้ในหัวใจของตนเอง?

ก. คริซัสตัมและพระคุณ

- เพราะว่าจอห์นติดสนิทกับข้อความพระคัมภีร์อย่างตั้งใจ การเทศนาของเขาในหลายโอกาสยืนยันว่า ความรอดเกิดขึ้นโดยพระคุณผ่านทางความเชื่อเท่านั้น

- เพื่อศึกษาตัวอย่างถัดจากนี้ ขอให้ดูข้อความในพระคัมภีร์ใหม่ที่จอห์น คริซัสตัม กำลังให้ข้อคิดเห็น

1. **คริซัสตัมในความเห็นต่อโรม 3:27:** “แต่อะไรคือ ‘กฎแห่งความเชื่อ’ น่ะหรือ? มันคือ การได้รับความรอดโดยพระคุณ ตรงนี้เปาโลสำแดงฤทธิ์อำนาจของพระเจ้า ในแง่ที่ว่าไม่เพียงแต่พระองค์ทรงช่วยพวกเขาให้รอด แต่ยังทรงนับว่าเป็นผู้ชอบธรรม และทำให้พวกเขาโอ้อวดเรื่องนี้โดยไม่จำเป็นต้องอ้างการะกระทำ แต่แสวงหาความเชื่อเท่านั้น”[20]

2. **คริซัสตัมในความเห็นต่อโรม 5:2:** “ถ้าพระองค์ได้นำเราเข้าใกล้พระองค์เมื่อตอนที่เราอยู่ห่างไกล พระองค์จะทรงดูแลเรามากยิ่งกว่านั้นในเมื่อตอนนี้เราอยู่ใกล้พระองค์ และข้าพเจ้าขอร้องท่านให้พิจารณาการที่พระองค์ทรงวางสองประเด็นนี้ไว้ทุกหนแห่ง; ส่วนของพระองค์ และส่วนของเรา อย่างไรก็ตาม ในส่วนของพระองค์มีสิ่งต่างๆ หลากหลายและแตกต่าง เพราะว่าพระองค์ได้สิ้นพระชนม์เพื่อเรา และจากนั้นทรงคืนดีกับเรา, นำเราเข้าหาพระองค์ และประทานพระคุณอันยิ่งใหญ่เกินบรรยาย แต่เรามีเพียงความเชื่อเท่านั้นที่เป็นผลงานของเรา”[21]

3. **คริซัสตัมในความเห็นต่อเอเฟซัส 2:8:** “[เปาโล] กล่าวว่า แม้กระทั่งความเชื่อก็ไม่ได้มาจากเราเอง เพราะว่าหากพระองค์มิได้เสด็จมา, หากพระองค์มิได้ทรงเรียกเรา, เราจะสามารถมีความเชื่อได้อย่างไร [เปาโล] กล่าวว่า ‘พวกที่ยังไม่ได้ยินถึงพระองค์ จะเชื่อในพระองค์ได้อย่างไร?’ (รม. 10:14) ดังนั้น แม้กระทั่งความเชื่อที่เป็นการกระทำก็ไม่ได้เริ่มต้นด้วยตัวมันเอง เปาโลกล่าวไว้ว่า มันคือ ‘ของประทานจากพระเจ้า’”[22]

4. **คริซัสตัมในความเห็นต่อโคโลสี 1:26-28:** “การนำมนุษยชาติ (ไร้ซึ่งความรู้สึกมากกว่าก้อนหิน) มาสู่ศักดิ์ศรีของทูตสวรรค์โดยทางถ้อยคำอันเปลือยเปล่าและความเชื่อเท่านั้น (โดยปราศจากการงานอันยากลำบาก) เป็นความลึกลับที่มั่งคั่งและรุ่งโรจน์วิเศษมาก มันเหมือนกับใครสักคนกำลังจะรับสุนัขตัวหนึ่งเอาไว้ (ที่ถูกครอบงำด้วยความหิวโหยและโรคเรื้อน น่าขยะแขยงและน่ารังเกียจเพียงได้เห็น และไม่สามารถเคลื่อนไหว แต่นอนหมดเรี่ยวแรง) และจะทำให้มันกลายเป็นมนุษย์ในทันทีทันใดและเบิกตัวเขาต่อหน้าพระราชบัลลังก์”[23]

5. **คริซัสตัมในความเห็นต่อ 1 ทิโมธี 1:15-16:** “เพราะว่าดังที่มนุษย์ (เมื่อได้รับสิ่งของล้ำค่าสักชิ้นหนึ่ง) ถามตัวเองว่านี่ไม่ใช่ความฝันใช่ไหม ราวกับว่าไม่เชื่อ; มันเป็นเช่นนั้นเหมือนกันในเรื่องของประทานจากพระเจ้า เช่นนั้นมันคืออะไรที่ถูกมองว่าเหลือเชื่อ? ที่บรรดาผู้ที่เป็นศัตรูและคนบาป (ไม่ได้ถูกนับว่าเป็นผู้ชอบธรรมโดยกฎหมายหรือการกระทำ) สมควรได้รับความโปรดปรานสูงสุดในทันทีโดยทางความเชื่อ. . . . มันดูเหลือเชื่อสำหรับพวกเขาว่า ใครคนหนึ่งที่เคยใช้ชีวิตผิดพลาดในอดีตด้วยการกระทำชั่วและเปล่าประโยชน์ได้รับความรอดด้วยความเชื่อเท่านั้นในเวลาต่อมา สำหรับเรื่องนี้ [เปาโล] กล่าวว่า “คำกล่าวนี้สมควรแก่การรับไว้”[24]

❖ **สำหรับการอภิปราย:** จากข้อพระคัมภีร์ต่างๆ ข้างต้น หากคุณต้องอธิบายข่าวประเสริฐให้กับใครสักคนหนึ่งที่ไม่ใช่คริสเตียน คุณจะเริ่มต้นจากตรงไหน?

ข. คริซัสตัมและความจริง

▶ เช่นเดียวกับออกัสติน คริซัสตัมยืนยันว่าพระวจนะของพระเจ้าปราศจากข้อผิดพลาด ในการให้ความเห็นต่อพระธรรม
ยอห์น 17:17 เขากล่าวว่า:

> **คริซัสตัม:** "'พระวจนะของพระองค์เป็นความจริง' กล่าวคือ 'ไม่มีความเท็จปรากฏอยู่ และทุกสิ่งที่ตรัส
> ในพระวจนะจะเป็นจริงตามนั้น'"[25]

▶ คริซัสตัมยังได้ยืนยันถึงสิทธิอำนาจของพระคัมภีร์ โดยระบุว่าทุกข้อโต้เถียงจะต้องถูกสนับสนุนโดยพระวจนะของ
พระเจ้า:

> **คริซัสตัม:** "เหตุฉะนั้น สิ่งเหล่านี้เป็นสาเหตุ; แต่มันจำเป็นที่เราจะสถาปนาสิ่งเหล่านี้ทั้งหมดโดยอาศัย
> พระคัมภีร์ และที่เราจะสำแดงอย่างแม่นยำว่า ทุกอย่างที่ถูกอภิปรายเกี่ยวกับเรื่องนี้ไม่ใช่ผลงานจากการใช้
> เหตุผลของมนุษย์ แต่เป็นประโยคจากพระคัมภีร์ เพื่อว่าสิ่งที่เรากล่าวจะได้รับเกียรติไปพร้อมกัน และจมลึก
> เข้าไปในจิตใจของพวกท่านยิ่งกว่าเดิม"[26]

▶ ในทำนองเดียวกัน เขายืนยันถึงความเพียงพอของพระคัมภีร์ ในการให้ความเห็นต่อ 2 ทิโมธี 3:16-17 เขาประกาศว่า:

> **คริซัสตัม:** "เพราะว่านี่คือการหนุนใจจากข้อพระคัมภีร์ที่ให้ไว้ ว่าคนของพระเจ้าจะถูกทำให้พรักพร้อมโดย
> พระวจนะ หากปราศจากสิ่งนี้เขาไม่อาจเป็นผู้พรักพร้อม เปาโลกล่าวว่าว่า 'พวกท่านมีพระคัมภีร์แทนที่ข้าพเจ้า
> หากท่านจะเรียนรู้อะไรสักอย่าง ขอให้เรียนรู้จากพระคัมภีร์' และหากเขาเขียนสิ่งนี้ถึงทิโมธีผู้เต็มเปี่ยมด้วย
> พระวิญญาณ มันจะความหมายกับเรามากกว่านั้นสักเท่าใด!"[27]

▶ หนึ่งประเด็นสำคัญที่จะเพิ่มเติมเกี่ยวกับคริซัสตัม เป็นเรื่องของวิธีการของเขาในการตีความพระคัมภีร์ แทนที่จะมอง
เรื่องเล่าต่าง ๆ ในพระคัมภีร์ว่าเป็นอุปมานิทัศน์/เรื่องเปรียบเปรย (แบบที่ออริเจนมอง), คริซัสตัมพินิจพระคัมภีร์อย่าง
ตรงไปตรงมา เขาตีความพระคัมภีร์ตามตัวอักษร

> **คริซัสตัม:** "เพราะว่าเราควรจะปลดล็อกข้อความ [ในพระคัมภีร์] โดยเริ่มจากการตีความถ้อยคำต่าง ๆ อย่าง
> ชัดเจน คำกล่าวนั้นหมายความว่าอย่างไรกัน? . . . ไม่เพียงแต่เราต้องเอาใจใส่ถ้อยคำต่าง ๆ เท่านั้น แต่เพ่ง
> ความสนใจของเราไปที่ความหมาย และเรียนรู้จุดมุ่งหมายของผู้พูด, สาเหตุและวาระโอกาส, และโดยการ
> ร้อยเรียงสิ่งเหล่านี้ทั้งหมดเข้าด้วยกัน ความหมายที่ซ่อนอยู่จะปรากฏ"[28]

▶ ดังที่คริซัสตัมได้อธิบาย การตีความพระคัมภีร์ที่เหมาะสมเกี่ยวข้องกับความเข้าใจในความหมายของข้อความอย่าง
ชัดเจน วิธีการศึกษาพระคัมภีร์ที่ดีประกอบด้วย การพิจารณารายละเอียด เช่น _____, ความลื่นไหลของ
ข้อโต้เถียง _____ (ความหมาย), _____ ของผู้เขียน (จุดมุ่งหมายของผู้พูด),
และ _____ (สาเหตุและวาระโอกาส)

❖ **สำหรับการอภิปราย:** ในบทที่ 4 เรา ได้เรียนรู้เกี่ยวกับแนวทางเชิงเปรียบเทียบสำหรับการตีความพระคัมภีร์ของ
ออริเจน แนวทางของคริซัสตัมแตกต่างอย่างไร? ทำไมนี่จึงเป็นแนวทางที่ดีกว่าสำหรับการศึกษาพระวจนะของพระเจ้า?

IV. ร้อยเรียงทุกสิ่งเข้าด้วยกัน

▶ มีอะไรให้กล่าวถึงอีกมากมายเกี่ยวกับออกัสตินและคริซัสตัม โดยยังไม่เอ่ยถึงผู้นำคนอื่นๆ ในยุคหลังไนซีน

▶ เป้าหมายของบทนี้คือ การเน้นถึงความอุทิศทุ่มเทของผู้นำคริสเตียนยุคแรกเหล่านี้ต่อ (ก) ข่าวประเสริฐแห่งพระคุณ และ (ข) พระวจนะแห่งความจริง

▶ ดังที่รับรู้กัน ความเชื่อมั่นหนักแน่นเหล่านี้ได้รับการตอบรับจากนักปฏิรูปโปรเตสแตนต์ในศตวรรษที่ 16

▶ สำหรับนักปฏิรูป ข่าวประเสริฐแห่งพระคุณถูกเปิดเผยไว้ดังนี้: คนบาปถูกนับว่าเป็นผู้ชอบธรรมโดย "พระคุณเท่านั้น" โดยทาง "ความเชื่อเท่านั้น" ในพระบุคคลและพระราชกิจของ "พระคริสต์เท่านั้น"

▶ ความมุ่งมั่นของพวกเขาต่อสิทธิอำนาจและความเพียงพอของพระคัมภีร์ เป็นที่ระลึกถึงในวลีที่ว่า "พระคัมภีร์เท่านั้น" เราจะศึกษาหัวข้อหลักเหล่านี้อย่างละเอียดมากขึ้นในบทที่ 10

▶ บรรดาคริสเตียนอีแวนเจลิคัลสามารถชื่นชมยินดีในการได้เห็นคำพยานที่ชัดเจนถึงความจริงพื้นฐานเหล่านี้จากสอง ผู้มีชื่อเสียงในประวัติศาสตร์ โดยย้อนกลับไปถึงศตวรรษที่ 4 และ 5

❖ **สำหรับการอภิปราย:** จะเกิดอะไรขึ้นหากคริสตจักรตัดสินใจที่จะ (ก) เพิกเฉยต่อสิทธิอำนาจของพระวจนะของพระเจ้า หรือ (ข) ละเลยข่าวประเสริฐแท้? คริสเตียนสามารถทำอะไรได้บ้างเพื่อปกป้องหลักคำสอนแกนกลางเหล่านี้?

ส่วนที่ III

ยุคกลาง

ศตวรรษที่ 6–15

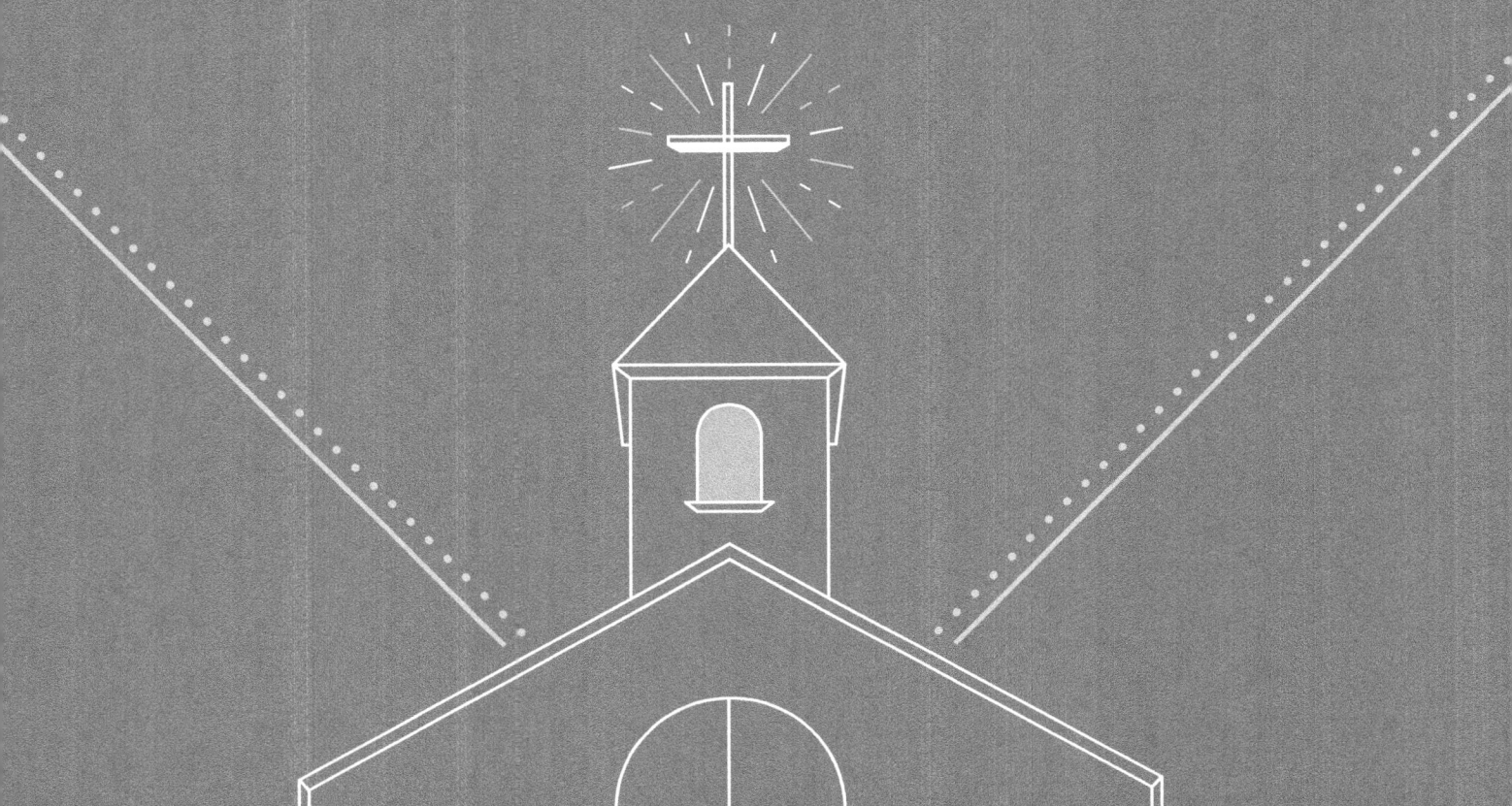

บทที่ 7

ข้อถกเถียงและสภาต่างๆ

การถกเถียงด้านหลักคำสอนในยุคปิตาจารย์ตอนปลายและยุคกลางตอนต้น

ข้อพระคัมภีร์หลัก: 2 ยอห์น 9

"ผู้ที่ล่วงเกินและไม่อยู่ในคำสั่งสอนของพระคริสต์ ก็ไม่มีพระเจ้า ผู้ที่อยู่ในคำสั่งสอนของพระคริสต์ มีทั้งพระบิดาและพระบุตร"

ค.ศ. 325 **สภาไนเซีย**

ค.ศ. 381 **สภาคอนสแตนติโนเปิลที่หนึ่ง**

ค.ศ. 431 **สภาเอเฟซัส**

ค.ศ. 451 **สภาชาลซีดอน**

ค.ศ. 553 **สภาคอนสแตนติโนเปิลที่สอง**

ค.ศ. 680/681 **สภาคอนสแตนติโนเปิลที่สาม**

ค.ศ. 787 **สภาไนเซียที่สอง**

I. การต่อสู้เพื่อความจริง

- พระคัมภีร์ใหม่คาดการณ์ถึงการมาของผู้สอนเทียมเท็จ ซึ่งพยายามทำลายต่อต้านความจริงและบิดเบือนหลักคำสอนที่ถูกต้องภายในคริสตจักร

  มัธทิว 7:15 - พระเยซูทรงเตือน: 'จงระวังพวกผู้เผยพระวจนะเทียมเท็จ ที่มาหาท่านนุ่งห่มเหมือนแกะ แต่ภายในนั้นร้ายกาจเหมือนหมาป่า"

  กิจการ 20:28-31 - "อัครทูตเปาโลสั่งสอนผู้ปกครองชาวเอเฟซัสว่า: "จงเฝ้าระวังทั้งตัวพวกท่านเองและฝูงแกะ . . . ข้าพเจ้าทราบอยู่แล้วว่า เมื่อข้าพเจ้าไปแล้วจะมีพวกสุนัขป่าที่ดุร้ายเข้ามาในหมู่พวกท่าน และจะไม่ละเว้นฝูงแกะไว้เลย . . . ออกมาบิดเบือนความจริง เพื่อชักชวนสาวกให้หลงตามพวกเขาไป เพราะฉะนั้นจงตื่นตัว"

  2 เปโตร 2:1 - "แต่ว่าได้มีผู้เผยพระวจนะเทียมเท็จเกิดขึ้นในชนชาตินั้น เช่นเดียวกับที่จะมีผู้สอนเท็จเกิดขึ้นในพวกท่าน ซึ่งจะลอบเอาลัทธินอกรีตอันจะให้ถึงความพินาศเข้ามาเสี้ยมสอน จนถึงกับปฏิเสธองค์เจ้านายผู้ได้ทรงไถ่พวกเขาไว้ ซึ่งจะนำความพินาศมาสู่พวกเขาเองอย่างรวดเร็ว"

  2 ยอห์น 7 - อัครทูตยอห์นอธิบายว่า "เพราะว่ามีผู้ล่อลวงจำนวนมากออกมาในโลก เป็นพวกที่ไม่ยอมรับว่าพระเยซูคริสต์เสด็จมาเป็นมนุษย์ คนประเภทนั้นแหละเป็นผู้ล่อลวงและเป็นศัตรูของพระคริสต์"

  ยูดา 4 - "เพราะว่าบางคนได้แอบแฝงเข้ามาในหมู่ท่าน การลงโทษคนพวกนี้มีเขียนไว้นานแล้ว พวกเขาเป็นคนอธรรมที่ถือเอาพระคุณของพระเจ้าของเรามาบิดเบือนเป็นช่องทางทำความชั่วช้าลามก และได้ปฏิเสธพระเยซูคริสต์ผู้ทรงเป็นเจ้านายและองค์พระผู้เป็นเจ้าของเราแต่องค์เดียว"

- ภายหลังจากจักรพรรดิคอนสแตนตินนำสันติภาพมาสู่คริสเตียนที่อาศัยอยู่ในจักรวรรดิโรมัน (ในช่วงต้นของศตวรรษที่ 4) พวกผู้นำคริสตจักรสามารถที่จะจัดการกับความเชื่อนอกรีตสำคัญๆ ในสมัยนั้นด้วยการจัดประชุม ____________________ และ ________________________

▶ การประชุมสภาครั้งที่ใหญ่ที่สุดของสภาเหล่านี้ถูกจัดขึ้นโดยพวกจักรพรรดิเอง และมีผู้เข้าร่วมเป็นพวกผู้นำคริสตจักร จากทั่วมุมโลกของอาณาจักรโรมัน สภาเหล่านี้เป็นที่รู้จักในนามสภา _____ เพราะประกอบด้วย บรรดาคริสตจักรทั้งหมดในจักรวรรดิ

❖ **สำหรับการอภิปราย:** ขอให้อ่าน 2 ยอห์น 7-11 ในข้อความตอนนี้ อะไรคือประเด็นหลักคำสอนพื้นฐานที่พวกผู้สอน เทียมเท็จกำลังบิดเบือน? เหตุใดจึงสำคัญมากที่เราต้องแน่ใจว่าเรามีความเข้าใจที่ถูกต้องแม่นยำเกี่ยวกับพระบุคคล ของพระเยซูคริสต์?

II. สภาไนเซีย (ค.ศ. 325)

▶ ประเด็นหลัก: _____

▶ บริบท:

  ▶ ขอให้กลับไปดูบทเรียนก่อนหน้าในเรื่องอธานาซิอุสในบทที่ 5 เพื่อความเข้าใจที่สมบูรณ์

  ▶ บิชอปเกือบ 320 คน รวมตัวกันที่เมืองไนเซีย โดยคำเชิญของจักรพรรดิคอนสแตนติน การประชุมสภาฯดำเนินอยู่นาน กว่า_____วัน

  ▶ นอกเหนือจากการพิจารณาประเด็นเชิงศาสนศาสตร์เรื่องความเป็นพระเจ้าของพระคริสต์ สภาฯ ยังได้พิจารณาเรื่อง กำหนดวันเฉลิมฉลอง _____

▶ จุดยืน:

  ▶ ดูบทที่ 5 สำหรับจุดยืนหลักสามประการที่ถูกนำเสนอขึ้น ณ สภาไนเซีย

จดบันทึก:_____
_____
_____
_____
_____
_____

▶ ผลลัพธ์:

  ▶ ดูบทที่ 5 สำหรับหลักข้อเชื่อไนซีน

จดบันทึก: _____

_____

_____

_____

_____

_____

❖ **สำหรับการอภิปราย:** ขอให้อ่านยอห์น 1:1, 5:18, และ 8:58-59 ข้อพระคำภีร์เหล่านี้ควรจะบอกอะไรแก่ความนึกคิด
ของเราเกี่ยวกับสภาไนเซีย? ข้อความเหล่านี้สอนอะไรเราเกี่ยวกับความเท่าเทียม (กับพระบิดา) และความเป็น
นิรันดร์ของพระเจ้าพระบุตร?

III. สภาคอนสแตนติโนเปิล (ค.ศ. 381)

▶ ประเด็นหลัก: _____

_____

▶ บริบท:

   ▶ แม้ว่าจะมีหลักข้อเชื่อไนซีนแล้ว คำสอนเทียมเท็จต่างๆ ของเอเรียสยังคงเป็นที่นิยมอย่างมากในจักรวรรดิโรมัน
   มุมมองแบบ Homoi-Ousios (ว่าพระบุตรของพระเจ้ามาจากแก่นสาร "ที่คล้ายกัน," แต่ก็ยังแตกต่าง, กับพระบิดา)
   เป็นที่นิยมมากเป็นพิเศษ

จดบันทึก: _____

_____

_____

_____

_____

_____

▶ จุดยืน:

   ▶ _____—ผู้สนับสนุนจุดยืนแบบเอเรียสยึดถือมุมมอง "มาจากแก่นสารที่คล้ายกัน"
   เกี่ยวกับพระธรรมชาติของพระเยซู พวกเขาโต้แย้งว่า แม้ว่าพระบุตรพระเจ้ามี "พระธรรมชาติที่คล้ายกัน" กับพระเจ้า
   พระบิดา พระองค์มิได้มี "พระธรรมชาติเดียวกัน" พวกเขาได้ข้อสรุปนี้เพราะว่าพวกเขาปฏิเสธความเป็นนิรันดร์ของ
   พระบุตร โดยเห็นว่าพระองค์ทรงเป็นสิ่งทรงสร้าง

▶ _____—แม้ว่าอพอลลินาริสยืนยันความเป็นพระเจ้าของพระคริสต์ เขาไม่ได้ยอมรับ สภาพมนุษย์อันสมบูรณ์ของพระองค์ แทนที่จะเป็นเช่นนั้น เขาถือว่าพระกายแบบมนุษย์ของพระเยซูเป็นเหมือน เปลือกหอยซึ่งภายในมีจิตวิญญาณของพระเจ้าอาศัยอยู่ ความเป็นพระเจ้าของพระองค์เปรียบเสมือนจดหมายที่ถูก บรรจุไว้ในซองจดหมายแห่งสภาพมนุษย์ของพระองค์ ดังนั้น อพอลลินาริสปฏิเสธความเป็นมนุษย์แท้ของพระเยซู

▶ _____—จุดยืนออร์โธดอกซ์ยืนยันว่า พระคริสต์ผู้ทรงมาบังเกิดเป็นมนุษย์เป็นทั้ง พระเจ้าแท้และมนุษย์แท้ ดังนั้น พระองค์ทรงมีทั้งสภาพความเป็นพระเจ้าที่สมบูรณ์และสภาพความเป็นมนุษย์ที่สมบูรณ์ ยิ่งไปกว่านั้น ในเรื่องพระวิญญาณบริสุทธิ์ จุดยืนออร์โธดอกซ์ยืนยันความเป็นพระเจ้าอันสมบูรณ์ของพระวิญญาณของ พระเจ้า

▶ ผลลัพธ์:

ส่วนขยายของหลักข้อเชื่อไนซีน-คอนสแตนติโนโพลิตัน: "เราเชื่อในพระวิญญาณบริสุทธิ์ องค์พระผู้เป็นเจ้า แลผู้ให้ชีวิต ผู้ทรงเสด็จมาจากพระบิดา [และพระบุตร] ผู้ซึ่งสมควรแก่การนมัสการและการถวายเกียรติร่วมกับ พระบิดาและพระบุตร และผู้ซึ่งตรัสผ่านทางผู้เผยพระวจนะ"[1]

จดบันทึก: _____
_____
_____
_____
_____
_____

❖ **สำหรับการอภิปราย:** ลัทธิอพอลลินาริสปฏิเสธสภาพความเป็นมนุษย์ที่สมบูรณ์ (หรือแท้จริง) ของพระคริสต์ ขอให้ อ่าน ฮีบรู 4:14-16 ทำไมจึงเป็นสิ่งที่สำคัญมากที่พระผู้ไกล่เกลี่ยของเราจะต้องเป็นมนุษย์อย่างแท้จริง? และโปรดดู โรม 5:12-21 ด้วย

IV. สภาชาลซีดอน (ค.ศ. 451)

▶ ประเด็นหลัก: _____

▶ บริบท:

▶ คำถามต่างๆ ยังคงอยู่ในเรื่องที่ว่า ความเป็นธรรมชาติทั้งสองอย่างของพระคริสต์ (ความเป็นพระเจ้าและความเป็น มนุษย์) เป็นรวมกันได้อย่างไร คำถามนี้ถูกกล่าวถึงในที่ประชุมสภาชาลซีดอน

จดบันทึก: ____________________

____

____

____

____

____

- จุดยืน:
  - ____________________ —มุมมองนี้แบ่งแยกความเป็นธรรมชาติทั้งสองของพระคริสต์ โดยวางกำแพงแบ่งแยกระหว่างทั้งสองเพื่อชี้ว่าพระองค์ทรงถูกมองว่ามีสองพระบุคคล ได้มีการโต้เถียงในเรื่องที่ว่าเนสโตริอุส (อาร์คบิชอปแห่งคอนสแตนติโนเปิลระหว่างปี 428-431) มีมุมมองตามที่เชื่อมโยงกับชื่อของเขาจริงหรือไม่ กล่าวโดยสรุป ลัทธิเนสโตริอุสยืนยันว่าพระคริสต์ทรงมีสองพระธรรมชาติ และดังนั้นจึงทรงมีสองพระบุคคล
  - ____________________ —ในการตอบกลับลัทธิเนสโตริอุส ยูตีเชสเน้นว่าพระเยซูคริสต์ทรงเป็นพระบุคคลเดียวกันที่มีธรรมชาติความเป็นพระเจ้าเพียงหนึ่งเดียว ความเป็นมนุษย์ถูกบดบังโดยความเป็นพระเจ้า หรือถูกผสมกับความเป็นพระเจ้ากลายเป็นธรรมชาติลูกผสม โดยสรุปแล้ว ลัทธิยูตีเชสโต้แย้งว่าพระคริสต์เป็นบุคคลเดียว และดังนั้น จึงมีความเป็นธรรมชาติเดียว
  - ____________________ —เลโอประกาศจุดยืนที่หลีกเลี่ยงข้อผิดพลาดต่างๆ ของทั้งลัทธิเนสโตริอุสและลัทธิยูตีเชส เขายืนยันว่าพระคริสต์ (ในการเสด็จมาบังเกิด) ทรงมีสองพระธรรมชาติ (พระเจ้าและมนุษย์) หากพระเยซูเป็นทั้งพระเจ้าแท้และมนุษย์แท้ บูรณภาพของแต่ละพระธรรมชาติจะต้องถูกถนอมรักษา กระนั้นก็ดี ในขณะเดียวกันเลโอยังยืนยันอีกว่าว่าพระคริสต์มีพระบุคคลเดียว ในการมาเป็นมนุษย์ พระเยซูมิได้กลายเป็นหลายพระบุคคล โดยสรุปแล้ว จุดยืนของเลโอโต้แย้งว่าพระคริสต์ทรงเป็นพระบุคคลเดียวที่มีสองพระธรรมชาติ
- ผลลัพธ์:

> **หลักข้อเชื่อชาลซีดอเนียน:** "โดยการเดินตามรอยเหล่าปิตาจารย์บริสุทธิ์ เราทั้งหลายเห็นพ้องกันอย่างเป็นเอกฉันท์ที่จะสั่งสอนและประกาศพระบุตรเพียงหนึ่งเดียวและองค์เดียวกัน, องค์พระผู้เป็นเจ้าพระเยซูคริสต์ของเรา: ผู้ทรงสมบูรณ์ในความเป็นพระเจ้าและสมบูรณ์ในความเป็นมนุษย์ด้วย, ผู้ทรงเป็นพระเจ้าแท้และเป็นมนุษย์แท้, ประกอบด้วยจิตวิญญาณและร่างกายตามเหตุผล; ทรงมีแก่นสารเดียวกันกับพระบิดาตามความเป็นพระเจ้าและมีแก่นสารเดียวกันกับพวกเราตามความเป็นมนุษย์; 'ทรงเป็นเหมือนพวกเราทุกอย่าง แต่ไม่มีบาป' พระองค์ทรงบังเกิดจากพระบิดาก่อนกาลทั้งปวงตามความเป็นพระเจ้าของพระองค์ และในยุคสุดท้ายนี้ เพื่อพวกเราและเพื่อความรอดของพวกเรา พระองค์จึงบังเกิดตามความเป็นมนุษย์ของพระองค์จากมารีย์หญิงพรหมจารี ผู้ให้กำเนิดพระเจ้า
>
> พวกเราประกาศว่า พระองค์ผู้ทรงเป็นหนึ่งเดียวกันและเป็นพระคริสต์, องค์พระผู้เป็นเจ้า, และพระบุตรองค์เดียว คือผู้ที่จะต้องได้รับการยอมรับว่าเป็นสองธรรมชาติโดยไม่สับสน, ไม่เปลี่ยนแปลง, ไม่แตกแยก, และไม่อาจแยกออกจากกันได้ ความแตกต่างกันของธรรมชาติทั้งสองไม่อาจถูกลบล้างโดยการเป็นอยู่ร่วมกัน แต่ลักษณะของธรรมชาติทั้งสองถูกเก็บรักษาไว้อย่างเหมาะสมตามแต่ละธรรมชาติเมื่อทั้งสองธรรมชาติมาอยู่ร่วมกันในบุคคลเดียวกัน และในความเป็นหนึ่ง (หรือ แก่นสาร) เดียวกัน"[2]

จดบันทึก: _____

_____

_____

_____

_____

_____

❖ **สำหรับการอภิปราย:** ทำไมจึงเป็นเรื่องสำคัญที่ต้องยืนยันทั้งความเป็นพระเจ้าแท้และมนุษย์แท้ของพระเยซูคริสต์? หากพระเยซูทรงมิได้เป็นพระเจ้าโดยสมบูรณ์หรือมนุษย์โดยสมบูรณ์ มันจะมีความหมายต่อเราอย่างไรในฐานะคนบาป ที่จำเป็นต้องได้รับการคืนดีกับพระเจ้าผู้ทรงบริสุทธิ์?

V. สี่สภาสากลที่เหลือ

▶ _____ (ค.ศ. 431)—ในที่ประชุมสภานี้ สภาฯ มุ่งที่จะปกป้องหลักคำสอนเรื่องความเป็นพระเจ้าของพระคริสต์ กระทั่งการเสด็จมาบังเกิดของพระองค์ เหตุฉะนั้น พวก เขายืนยันว่า ชื่อตำแหน่งที่เหมาะสมสำหรับนางมารีย์คือคำว่า *theotokos* ซึ่งแปลว่า "ผู้ให้กำเนิดพระเจ้า" วัตถุประสงค์ เบื้องหลังชื่อตำแหน่งนี้มิใช่เพื่อยกชูนางมารีย์ แต่เพื่อปกป้องความเป็นพระเจ้าของพระคริสต์ ในการมาบังเกิดเป็นมนุษย์ พระเจ้าพระบุตรทรงรับสภาพเนื้อหนังและกลายเป็นมนุษย์ เมื่อนางมารีย์ให้กำเนิดพระเยซู ทารกในรางหญ้าเป็นพระเจ้า ผู้ทรงบังเกิดเป็นมนุษย์

▶ _____ (ค.ศ. 553)—ในฝั่งตะวันออก แม้กระทั่ง ภายหลังจากสภาชาลซีดอน ยังคงมีคนจำนวนมากที่ปฏิเสธสหภาพระหว่างความเป็นพระเจ้าและมนุษยภาพ (hypostatic union) โดยโต้แย้งว่าพระคริสต์ทรงมีธรรมชาติเดียว ผู้สนับสนุนมุมมองนี้ถูกเรียกว่า "นักเอกธรรมชาตินิยม" (monophysite— โดย *mono* แปลว่า "หนึ่ง" และ *physis* แปลว่า "ธรรมชาติ") จักรพรรดิจัสติเนียนเรียกประชุมสภาเพื่อจัดการกับการ โต้เถียงในประเด็นนี้ ที่ประชุมนี้ยืนยันมติที่ประชุมสภาชาลซีดอน แต่ก็ได้ประณามงานเขียนต่างๆ ของนักศาสนศาสตร์ สามคนก่อนหน้าที่เกี่ยวข้องเชื่อมโยงกับเนสโตริอุส โดยการประณามนักศาสนศาสตร์เหล่านี้ จัสติเนียนมุ่งหวังที่จะปรับปรุง ความสัมพันธ์กับพวกนักเอกธรรมชาตินิยม

▶ _____ (ค.ศ. 680)—คำถามหลักที่ถูกตอบ ณ สภาแห่งนี้คือ คำถามที่ว่าพระคริสต์ทรงมีหนึ่งหรือสองพระทัยประสงค์ (will) ในการยึดตามคำสอนของคริสตจักรว่า พระคริสต์ทรงมีสองธรรมชาติ สภาฯ ยืนยันว่า ในทางเดียวกันพระองค์ทรงมีสองพระทัยประสงค์ (ภาคพระเจ้าและมนุษย์) สภาฯ ระมัดระวังในการชี้แจงว่า พระทัยประสงค์ภาคมนุษย์ของพระคริสต์จะยอมจำนนโดยสมบูรณ์ต่อและเป็นไปตาม พระทัยประสงค์ภาคพระเจ้าของพระองค์เสมอ

▶ _____ (ค.ศ. 787)—ในศตวรรษที่ 17 และ 18 การโต้เถียงครั้งสำคัญเกิดขึ้นในฝั่งตะวันออกเรื่องการบูชาสัญรูป (หรือรูปภาพ) ของพระเยซูและพวกนักบุญ จักรพรรดิ บางพระองค์กังวลเป็นพิเศษว่า สัญรูปของพระเยซูคริสต์ละเมิดบัญญัติสิบประการข้อที่สอง (อพย. 20:4) และดังนั้นจึงถือเป็น การบูชารูปเคารพ ในปี ค.ศ. 754 มีการจัดการประชุมสภาในเมืองฮิเอเรียเพื่อประณามสัญรูปต่างๆ แต่มติของสภาถูกหักล้าง

ในปี ค.ศ. 787 โดยสภาไนเซียที่สอง ซึ่งยืนยันว่าสัญรูปเป็นไปตามความเชื่อดั้งเดิม บรรดาผู้สนับสนุนการใช้สัญรูปโต้แย้ง
ว่า สัญรูปต่างๆ ของพระเยซูไม่ได้ละเมิดบัญญัติสิบประการข้อที่สอง เนื่องจากพระคริสต์ทรงเป็นพระฉายของพระเจ้าผู้ทรง
ไม่ปรากฏแก่ตา (คส. 1:15; ฮบ. 1:3)

VI. ประเมินสภาและหลักข้อเชื่อต่างๆ

▶ เจ็ดสภาที่ได้กล่าวไปข้างต้นถูกถือว่า "สากล" เพราะว่าประกอบด้วยผู้แทนต่างๆ จากทั้งฝั่งตะวันออกและตะวันตกของ
ศาสนจักรโรมัน เหตุฉะนั้น มติของสภาเหล่านั้นจึงเป็นที่ยอมรับทั้งต่อนิกายออร์โธดอกซ์ตะวันออกและนิกายโรมันคาทอลิก

▶ โดยทั่วไป กลุ่มโปรเตสแตนต์ต่างๆ มีความเห็นที่แตกต่างกันว่าจะยอมรับมติของสภาใดบ้าง ยกตัวอย่างเช่น กลุ่มอีแวน
เจลิคัลจำนวนมากไม่ยอมรับสภาไนเซียที่สอง (ค.ศ. 787) สภาดังกล่าว (โดยที่ได้มีมติเห็นชอบการบูชาสัญรูปต่างๆ)
เป็นที่น่ากังวลเป็นพิเศษสำหรับกลุ่มอีแวนเจลิคัล ซึ่งมองอย่างถูกต้องว่า วิถีปฏิบัติดังกล่าวเป็นการช่วงชิงความบริสุทธิ์
แห่งการนมัสการที่พระเจ้าทรงเรียกร้อง

▶ ในการเรียนรู้เกี่ยวกับสภาคริสตจักรและหลักข้อเชื่อที่สำคัญทางประวัติศาสตร์ เป็นสิ่งสำคัญที่ต้องจดจำหนึ่งหลักการง่ายๆ
นั่นคือ พระวจนะของพระเจ้าเป็นแหล่งสิทธิอำนาจของเราเหนือประวัติศาสตร์คริสตจักรและธรรมเนียมของคริสตจักร นั่น
หมายความว่า มติของสภาคริสตจักรมีความถูกต้องใช้ได้ก็ต่อเมื่อมันสอดคล้องกับสิ่งที่พระวจนะของพระเจ้าสอนเท่านั้น

▶ เช่นเดียวกับชาวเบโรอาผู้มีจิตใจสูงส่ง (กิจการ 17:11) ผู้เชื่อจะต้องใช้พระคัมภีร์ในการประเมินคำสอนและธรรมเนียม
สืบทอดต่างๆ ของมนุษย์ เปาโลสอนชาวเธสะโลนิกาให้ "พิสูจน์ทุกสิ่ง สิ่งที่ดีนั้นจงยึดถือไว้ให้มั่น จงเว้นเสียจากสิ่งที่ชั่ว
ทุกอย่าง" (1 ธส. 5:21-22)

▶ เราสมควรซาบซึ้งในสภาสากลครั้งสำคัญต่างๆ ในประวัติศาสตร์ที่ยืนยันบรรดาความจริงตามหลักพระคัมภีร์อันชัดเจน
อาทิเช่น ความเป็นพระเจ้าของพระคริสต์ ขณะเดียวกันเราก็พึงระลึกว่าสิทธิอำนาจสำหรับสิ่งที่เราเชื่อไม่ได้พบในสภาต่างๆ
ในประวัติศาสตร์คริสตจักร แต่ในความจริงแห่งพระวจนะของพระเจ้า

❖ **สำหรับการอภิปราย:** ขอให้อ่านมาระโก 7:6-13 ข้อความตอนนี้สอนอะไรเราเกี่ยวกับความสำคัญลำดับสูงสุดของ
พระคัมภีร์เหนือธรรมเนียมทางศาสนา? หลักการดังกล่าวมีผลต่อสิทธิอำนาจของพระวจนะของพระเจ้าในความสัมพันธ์
กับสภาคริสตจักรต่างๆ อย่างไร?

บทที่ 8

ศาสนเภท, นักปราชญ์, และนักรบ

แอนเซล์ม, เบอร์นาร์ด, และสงครามครูเสด

ข้อพระคัมภีร์หลัก: 2 ทิโมธี 3:13-15

"ในขณะที่คนชั่วและคนเจ้าเล่ห์จะเลวลงกว่าเก่า อีกทั้งยังล่อลวงคนอื่นและถูกคนอื่นล่อลวงด้วย แต่ท่านจงดำเนินต่อไปในสิ่งที่ได้เรียนรู้แล้วและเชื่ออย่างมั่นคง และท่านก็รู้ว่าท่านเรียนมาจากใคร และตั้งแต่เด็กมาแล้ว ท่านก็ได้เรียนรู้พระคัมภีร์อันศักดิ์สิทธิ์ ซึ่งสามารถให้ปัญญาแก่ท่านในเรื่องความรอดโดยความเชื่อในพระเยซูคริสต์"

ค.ศ. 1033 **ปีเกิดของแอนเซล์ม**

ค.ศ. 1054 **ศาสนเภทตะวันออก-ตะวันตก**

ค.ศ. 1090 **ปีเกิดของเบอร์นาร์ด**

ค.ศ. 1095 **สงครามครูเสดครั้งที่ 1**

ค.ศ. 1109 **แอนเซล์มเสียชีวิต**

ค.ศ. 1147 **สงครามครูเสดครั้งที่ 2**

ค.ศ. 1153 **เบอร์นาร์ดเสียชีวิต**

ค.ศ. 1187 **สงครามครูเสดครั้งที่ 3**

ค.ศ. 1204 **สงครามครูเสดครั้งที่ 4**

I. การเตรียมทางไว้: ยุคกลางตอนต้น

- ในศตวรรษที่ 5 (ค.ศ. 401-500) สิ่งต่างๆ เปลี่ยนแปลงไปอย่างรวดเร็วในฝั่งตะวันตกของจักรวรรดิโรมัน ซึ่งถูกยึดครองโดยกลุ่มชนเจอร์แมนิก (เช่น พวกแวนดัล, ก็อธ, ฮัน, แซกซอน) โดยในปี ค.ศ. 476 จักรวรรดิโรมันตะวันตกก็ล่มสลาย
- จงเขียนการเปลี่ยนแปลงครั้งใหญ่อื่น ๆ ที่เกิดขึ้นในช่วงเวลานี้ลงในบรรทัดด้านล่างที่กำหนดให้

จดบันทึก: ____

____

____

____

____

____

❖ **สำหรับการอภิปราย:** ขอให้พิจารณาข้อพระคัมภีร์หลักในตอนต้นของบทนี้ (2 ทิโมธี 3:13-15) ประวัติศาสตร์คริสตจักรบันทึกเรื่องราวของพวกผู้นำทุจริตเสื่อมทรามลงเรื่อยๆ อะไรคือวิธีแก้ที่เปาโลมอบแก่ทิโมธีเพื่อหลีกเลี่ยงความเสื่อมทรามแบบนี้? ขอให้อ่านข้อ 16-17 เราจะหันไปพึ่งสิ่งใดเพื่อให้แน่ใจว่าเรากำลังดำเนินชีวิตในวิถีทางที่ถวายเกียรติแด่พระเจ้า?

II. ศาสนเภท: ความแตกแยกระหว่างฝั่งตะวันออกและตะวันตก

- ความตึงเครียดยังคงก่อตัวเพิ่มมากขึ้นระหว่างฝั่งตะวันออกกับฝั่งตะวันตกของศาสนจักรโรมัน จนพวกเขาถึงจุดแตกหัก คริสตจักรตะวันออกกลายเป็นที่รู้จักในชื่อว่า นิกายออร์โธดอกซ์ตะวันออก ในขณะที่คริสตจักรตะวันตกในชื่อว่า นิกายโรมันคาทอลิก

จดบันทึก: ______________________________

____

____

____

____

____

❖ **สำหรับการอภิปราย:** ขอให้ค้นดูข้อพระคำต่าง ๆ ดังต่อไปนี้: กิจการ 2:33; โรม 8:9, กาลาเทีย 4:6; ฟีลิปปี 1:19; 1 เปโตร 1:11 ข้อพระคำเหล่านี้สอนอะไรเราเกี่ยวกับความสัมพันธ์ของพระวิญญาณบริสุทธิ์กับพระคริสต์? ข้อพระคำเหล่านี้เกี่ยวข้องกับการโต้เถียงเรื่องวลี *filioque* ข้างต้นอย่างไร?

III. การสู้รบย่อยๆ: สงครามครูเสด (ค.ศ. 1095-1291)

- ห้าทศวรรษหลักจากศาสนเภทตะวันออก-ตะวันตก เมื่อกองทัพมุสลิมคุกคามจักรวรรดิไบแซนไทน์อีกครั้งหนึ่ง จักรพรรดิฝั่งตะวันออกก็ขอความช่วยเหลือทางทหารจากฝั่งตะวันตก
- ในช่วงระหว่างศตวรรษที่ 11 ถึง 13 กองทัพ "คริสเตียน" ต่าง ๆ จากยุโรปได้ทำสิ่งที่พวกเข้าอ้างว่าเป็น "สงครามศักดิ์สิทธิ์"
  - ______________________________(ค.ศ. 1095-1099) ลงเอยด้วยการพิชิตกรุงเยรูซาเล็ม และการสถาปนาอาณาจักรครูเสดหลายแห่ง จากมุมมองทางการทหาร สงครามครูเสดครั้งที่ 1 ถือว่าประสบความสำเร็จ
  - เมื่อหนึ่งในอาณาจักรครูเสดที่ชื่ออีเดสซาตกเป็นของกองทัพมุสลิม ทำให้ ______________________________ (ค.ศ. 1147-1149) จึงถูกประกาศ โดยมีเบอร์นาร์ดแห่งแกลร์โว (โปรดดูในส่วนถัดไป) เป็นหนึ่งในผู้สนับสนุน สงครามครูเสดครั้งที่ 2 ล้มเหลวในการบรรลุเป้าหมายทางการทหารของมัน
  - ______________________________ (ค.ศ. 1189-1192) ถูกประกาศโดยเป็นผลจากชัยชนะทางการทหารของซาลาดิน สุลต่านแห่งอียิปต์และซีเรียผู้พิชิตกรุงเยรูซาเล็มอีกครั้งในปี 1187 สงครามครูเสดครั้งนี้มีผู้เกี่ยวข้องประกอบด้วยกษัตริย์อย่าง เฟรเดอริค บาร์บารอสซา แห่งจักรวรรดิโรมันศักดิ์สิทธิ์ และริชาร์ด "ใจสิงห์" แห่งอังกฤษ แม้พวกผู้นำสงครามนี้จะมีชื่อเสียง แต่สงครามครั้งนี้ไม่สามารถยึดกรุงเยรูซาเล็มคืนมาได้
  - สถานการณ์เลวร้ายลงอย่างรุนแรงในปี 1204 หลังจากการพลิกผันเปลี่ยนแปลงทางการเมืองหลายระลอก นักรบครูเสดตะวันตกก็ยึดกรุงคอนสแตนติโนเปิลได้สำเร็จ แทนที่จะปกป้องจักรวรรดิไบแซนไทน์ (ซึ่งเป็นวัตถุประสงค์แรกเริ่มของสงครามครูเสด) เหล่าทหารของ ______________________________ ได้โจมตีและปล้นสะดมเมืองหลวงของจักรวรรดิ ในแง่นี้สงครามครูเสดน่าจะมีผลเป็นการบ่อนทำลายจักรวรรดิไบแซนไทน์มากกว่าที่จะรักษา

จดบันทึก: _____

_____

_____

_____

_____

_____

❖ **สำหรับการอภิปราย:** ขอให้อ่าน เอเฟซัส 6:10-18 การตีความและประยุกต์ใช้พระธรรมตอนดังกล่าวอย่างเหมาะสม
เป็นอย่างไร? คุณจะบอกอย่างไรกับใครก็ตามที่ใช้พระธรรมตอนนี้ในการสร้างความชอบธรรมเพื่อทำสงครามครูเสด?

IV. นักวิชาการ: การเฟื่องฟูของอัสมาจารย์นิยม

▶ ในยุคสมัยนี้ สิ่งต่างๆ เริ่มเปลี่ยนแปลงในระบบการศึกษาของยุโรป มหาวิทยาลัยแรกๆ ของยุโรปถูกก่อตั้งขึ้น

จดบันทึก: _____

_____

_____

_____

_____

_____

❖ **สำหรับการอภิปราย:** ขอให้อ่าน อิสยาห์ 53:1-12 โดยอาศัยทฤษฎีความเพียงพอของการไถ่บาปของพระคริสต์
ในข้อพระคำที่เราคุ้นเคยตอนนี้ (ซึ่งถูกเขียนขึ้นประมาณ 700 ปี ก่อนการประสูติของพระเยซู) ผู้เผยพระวจนะอิสยาห์
พยากรณ์ถึงความทุกข์ทรมานของพระเยซู ข้อความแบบนี้สอนอะไรเราเกี่ยวกับพระราชกิจของการไถ่บาปของ
พระคริสต์บนไม้กางเขน? ใครถูกทำให้พึงพอใจเนื่องด้วยการสิ้นพระชนม์ของพระเยซู?

V. คำพยานแห่งพระคุณ

▶ ดังที่เราได้เห็นในบทเรียนนี้ ยุคกลางประกอบด้วยหลายตัวอย่างของความเสื่อมทรามทางศาสนา การตีความพระคัมภีร์
แบบผิดๆ ความสับสนเชิงศาสนศาสตร์ และความวุ่นวายทางการเมือง

▶ ท่ามกลางความอลหม่าน เรายังได้เห็นแวบหนึ่งของข่าวประเสริฐแห่งพระคุณจากพวกผู้นำคริสเตียนอย่างแอนเซล์มแห่ง
แคนเทอร์เบอรี (ค.ศ. 1033-1109) และเบอร์นาร์ดแห่งแกลร์โว (ค.ศ. 1090-1153)

▶ แอนเซล์ม (ดังที่ได้อภิปรายไปแล้ว) รับใช้เป็นอาร์คบิชอปแห่งแคนเทอร์เบอรีนับตั้งแต่ปี 1093-1109 เบอร์นาร์ดก่อตั้ง
อารามแห่งหนึ่งในฝรั่งเศสเมื่อปี 1115

▶ เหล่านักปฏิรูปยุคศตวรรษที่ 16 ไม่ได้เห็นด้วยกับทุกอย่างที่แอนเซล์มและเบอร์นาร์ดสอน อย่างไรก็ตามพวกเขามอง สองคนนี้ในฐานะพันธมิตรในเรื่องความรอดโดยพระคุณผ่านทางความเชื่อเท่านั้น โดยอาศัยพระราชกิจที่สำเร็จแล้วของ พระคริสต์เท่านั้น ข้อความตัดตอนที่เลือกมาดังต่อไปนี้จึงเป็นสิ่งที่หนุนใจ

▶ คนบาปได้รับความรอด ไม่ใช่บนพื้นฐานของการกระทำของพวกเขา แต่เพราะพระเมตตาของพระเจ้าซึ่งประทานมา ผ่านพระคริสต์

แอนเซล์ม: "แน่นอน จะมีอะไรเป็นที่เข้าใจว่าเปี่ยมด้วยพระเมตตามากไปกว่าการที่พระเจ้าพระบิดาตรัสกับ คนบาปที่ถูกตัดสินให้รับความทรมานนิรันดร์และขาดหนทางในการไถ่บาปให้ตนเองว่า 'รับบุตรชายคนเดียว ของเราไปและให้ชีวิตเขาแทนชีวิตคุณ' และพระบุตรเองตรัสว่า 'รับเราไปแล้วไถ่บาปของเจ้าเถิด' เพราะว่ามันเป็น อะไรในลักษณะนี้ที่พระองค์ตรัสเมื่อทรงเรียกเราและดึงเราเข้าสู่ความเชื่อคริสเตียน"[1]

แอนเซล์ม: "ข้าแต่พระเจ้า โปรดทอดพระเนตรพระพักตร์ของผู้ถูกเจิมของพระองค์ ผู้ซึ่งยอมเชื่อฟังพระองค์กระทั่ง สิ้นพระชนม์ และขออย่าให้แผลเป็นของผู้นั้นถูกซ่อนจากพระเนตรของพระองค์ตลอดไป เพื่อว่าพระองค์จะทรง ระลึกได้ถึงการชดใช้บาปของเราเป็นที่พอพระทัยต่อพระองค์อย่างใหญ่หลวงเพียงใด ข้าแต่พระเจ้า ขอพระองค์ ทรงสนพระทัยในบาปต่าง ๆ ที่เราสมควรได้รับพระพิโรธของพระองค์ และความทุกข์ยากต่าง ๆ ที่พระบุตรผู้บริสุทธิ์ ของพระองค์ได้แบกรับแทนเรา! ข้าแต่พระเจ้า แน่นอนว่าความทุกข์ยากของพระบุตรจะมีน้ำหนักและทรงคุณค่า มากกว่าบาปของเรา เพื่อที่ว่าโดยผ่านทางความทุกข์ยากนั้นพระองค์จะทรงหลั่งพระเมตตาของพระองค์อาบชโลม เรา มิเช่นนั้นแล้วโดยความทุกข์ยากนั้นของพระบุตร พระองค์อาจจะสงวนความสงสารเอาไว้เพราะพระพิโรธ"[2]

▶ ข้อบกพร่องต่าง ๆ นับไม่ถ้วนของผู้เชื่อถูกปกคลุมโดยความสมบูรณ์เหลือคณานับของพระคริสต์ เราสวมความ ชอบธรรมของพระองค์เป็นเสื้อผ้า

แอนเซล์ม: "บัดนี้ ข้าแต่พระผู้สร้างแสงสว่างผู้ยิ่งใหญ่ ขอพระองค์ยกโทษให้ข้าพระองค์ เพราะเห็นแก่ความลำบาก ตรากตรำของพระบุตรอันเป็นที่รักของพระองค์ ข้าแต่พระเจ้า ข้าพระองค์วิงวอนพระองค์ ขอได้โปรดอภัยความ อกตัญญูของข้าพระองค์เพราะความเคารพยำเกรงของพระบุตร; ความดื้อรั้นของข้าพระองค์เพราะความนอบน้อม ของพระบุตร; ความรุนแรงของข้าพระองค์เพราะความอ่อนสุภาพของพระบุตร! บัดนี้ ขอให้ความถ่อมใจของ พระบุตรขจัดความหยิ่งผยองของข้าพระองค์; ความอดทนของพระองค์ขจัดความไม่อดทนของข้าพระองค์; ความ กรุณาของพระองค์ขจัดความแข็งกระด้างของข้าพระองค์; การเชื่อฟังของพระองค์ขจัดการไม่เชื่อฟังของ ข้าพระองค์; ความสุขุมของพระองค์ขจัดความกระวนกระวายของข้าพระองค์; ความรื่นรมย์ของพระองค์ขจัดความ ขมขื่นของข้าพระองค์; ความอ่อนหวานของพระองค์ขจัดความโกรธของข้าพระองค์; ความรักของพระองค์ขจัด ความโหดร้ายของข้าพระองค์"[3]

คุณลักษณะของแอนเซล์ม: "[เมื่อคุณยืนอยู่ต่อพระพักตร์พระเจ้า] หากพระองค์ตรัสกับคุณว่าคุณเป็นคนบาป จงกล่าวว่า 'พระองค์เจ้าข้า ข้าพระองค์ทูลขอให้การสิ้นพระชนม์ขององค์พระเยซูคริสต์เจ้าของเรากั้นกลางระหว่าง ความบาปของข้าพระองค์กับพระองค์' หากพระองค์ตรัสว่าคุณสมควรได้รับการประณามตัดสิน จงกล่าวว่า 'พระองค์ เจ้าข้า ข้าพระองค์ขอตั้งวางการสิ้นพระชนม์ขององค์พระเยซูคริสต์เจ้าคั่นระหว่างโทษทัณฑ์ที่ลูกสมควรรับกับ พระองค์; และข้าพระองค์น้อมถวายคุณความดีของพระบุตรเพื่อโทษทัณฑ์ที่ลูกสมควรรับแต่ยังไม่ได้รับ' หาก พระองค์ตรัสว่าพระองค์พิโรธคุณ จงกล่าวว่า 'พระองค์เจ้าข้า ข้าพระองค์ขอตั้งวางการสิ้นพระชนม์ขององค์ พระเยซูคริสต์เจ้าคั่นระหว่างพระพิโรธของพระองค์กับข้าพระองค์' และเมื่อคุณทำทั้งหมดนี้เสร็จ จงกล่าวอีกครั้ง

ว่า "พระองค์เจ้าข้า ข้าพระองค์ขอตั้งวางการสิ้นพระชนม์ขององค์พระเยซูคริสต์เจ้าคั่นระหว่างพระองค์และข้าพระองค์'"[4]

- ในสายพระเนตรของผู้พิพากษาบริสุฯธิ์ ความประพฤติดีของคนบาปเป็นเหมือนผ้าขี้ริ้วโสโครก ความหวังเดียวของคนบาปคือการร้องทูลขอพระเมตตา

เบอร์นาร์ด: "ความชอบธรรมของเรามีความหมายอะไรต่อพระพักตร์พระเจ้า? ตามที่ผู้เผยพระวจนะได้กล่าวไว้ มันไม่ได้ถูกมองว่าเป็นเหมือนผ้าขี้ริ้วโสโครกหรอกหรือ: และหากถูกตัดสินอย่างเข้มงวด ความชอบธรรมของเราทั้งหมดจะไม่กลายเป็นเพียงความอธรรมและความขาดพร่องหรอกหรือ? เช่นนั้นแล้ว มันควรจะเป็นเช่นไรในเรื่องของบาป ในเมื่อแม้กระทั่งความชอบธรรมของเราเองยังไม่สามารถแก้ต่างให้ตัวมันเองได้? ดังนั้น โดยร้องตะโกนอย่างแข็งขันพร้อมกับผู้เผยพระวจนะว่า 'ขออย่าทรงตัดสินผู้รับใช้ของพระองค์' ขอให้เราเผ่นเข้าหาพระเมตตาด้วยความถ่อมใจ เช่นนี้เท่านั้นที่สามารถช่วยจิตวิญญาณของเราให้รอด"[5]

เบอร์นาร์ด: "ไม่มีใครจะถูกนับว่าเป็นชอบธรรมในสายพระเนตรของพระองค์ด้วยการประพฤติตามบัญญัติ. . . . โดยสำนึกในความขาดพร่องของเรา เราควรจะร้องทูลไปยังสวรรค์และพระเจ้าจะทรงเมตตาเรา และเมื่อถึงวันนั้น เราจะรู้ว่าพระเจ้าทรงช่วยเราให้รอดมิใช่เพราะความประพฤติอันชอบธรรมที่ตัวเราเองได้กระทำ แต่เป็นไปตามพระเมตตาของพระองค์"[6]

- หนทางเดียวที่คนบาปจะถูกนับว่าเป็นผู้ชอบธรรมได้คือผ่านทางความเชื่อในพระคริสต์ เพราะว่าคนบาปไม่มีคุณความดีของตนเอง ความชอบธรรมของพระองค์จะถูกใส่ไปในบัญชีของพวกเขา

เบอร์นาร์ด: "เพราะเห็นแก่บาปของคุณพระองค์จะต้องสิ้นพระชนม์ และเพราะเห็นแก่การที่คุณจะถูกนับว่าเป็นผู้ชอบธรรมพระองค์จะต้องเป็นขึ้นจากตาย เพื่อคุณจะได้มีสันติภาพกับพระเจ้าโดยทางความเชื่อในการถูกนับว่าเป็นผู้ชอบธรรม"[7]

เบอร์นาร์ด: "มนุษย์—ผู้เป็นทาสของบาป ถูกมัดแน่นโดยมาร—จะสามารถทำอะไรได้เองเพื่อนำความชอบธรรมที่เขาได้สูญเสียไปกลับคืนมา? ดังนั้น เขาผู้ขาดความชอบธรรมมีความชอบธรรมของอีกคนหนึ่งอยู่ในตัวเขา . . . . มนุษย์เองที่เป็นหนี้ มนุษย์เองที่จ่ายหนี้ [อัครทูตเปาโล] กล่าวว่า มีผู้หนึ่งสิ้นพระชนม์เพื่อทุกคน ดังนั้น ทุกคนจึงตายแล้ว เพื่อที่ว่า ในขณะที่องค์ผู้นั้นแบกรับบาปของทุกคน ความพึงพอใจขององค์ผู้นั้นถูกเก็บไว้ในบัญชีของทุกคน"[8]

- พระเจ้าประทานความรอดให้แก่บรรดาผู้ที่มีความชอบธรรมของพระคริสต์เก็บไว้ในบัญชีของเขา ความชอบธรรมนี้ถูกมอบในฐานะของประทานแห่งพระคุณพระเจ้า ได้รับผ่านทางความเชื่อในพระคริสต์ และไม่ได้อยู่บนพื้นฐานของความประพฤติ

เบอร์นาร์ด: [ในคำอธิษฐานต่อพระเจ้า]: "ในเรื่องความยุติธรรมของพระองค์ กลิ่นหอมที่ลอยมาจากความยุติธรรมนั้นช่างยอดเยี่ยม ที่พระองค์มิเพียงแต่เป็นที่ขนานพระนามว่าทรงยุติธรรม แต่พระองค์เองทรงเป็นความยุติธรรม ความยุติธรรมที่ทำให้มนุษย์เป็นผู้ชอบธรรม ฤทธิ์เดชของพระองค์ในการทำให้มนุษย์ชอบธรรมถูกวัดค่าโดยความพระทัยกว้างของพระองค์ในการประทานอภัย ดังนั้น ขอให้มนุษย์—ผู้ซึ่งผ่านความเศร้าโศกในบาปหิวโหยและกระหายความชอบธรรม—เชื่อวางใจในองค์ผู้นั้นซึ่งเปลี่ยนคนบาปให้กลายเป็นคนชอบธรรม และเมื่อเขาถูกตัดสินว่าชอบธรรมโดยอาศัยความเชื่อเท่านั้น เขาจะมีสันติสุขกับพระเจ้า"[9]

เบอร์นาร์ด: "ข้าพเจ้าประกาศตนว่าไม่คู่ควรอย่างที่สุดต่อพระสิริแห่งสวรรค์ และว่าข้าพเจ้าไม่มีวันได้ความชอบธรรมโดยคุณความดีของตนเอง แต่องค์พระผู้เป็นเจ้าของข้าพเจ้าทรงมีความชอบธรรมตามสถานะคู่: อันหนึ่งที่มาจากมรดกทางธรรมชาติ โดยการเป็นพระบุตรเพียงพระองค์เดียวของพระบิดานิรันดร์ของพระองค์; และอีกอันหนึ่งจากการจ่ายราคา โดยที่พระองค์ทรงได้รับความชอบธรรมมาโดยการจ่ายราคาด้วยพระโลหิตอันล้ำค่าของพระองค์ สถานะที่สองนี้เองที่พระองค์ประทานแก่ข้าพเจ้า และตามสิทธินี้ ข้าพเจ้าหวังใจ พร้อมความมั่นใจที่จะได้รับความชอบธรรมนั้นผ่านทางน้ำพระทัยและพระเมตตาอันน่ายกย่องของพระองค์"[10]

- ในไม่กี่ศตวรรษหลังจากสมัยของเบอร์นาร์ด เราเริ่มที่จะเห็นการปรากฏขึ้นของ ________________________ อย่างปีเตอร์ วัลโด (ค.ศ. 1140-1205) จอห์น ไวคลิฟฟ์ (ค.ศ. 1320-1384) และ ยัน ฮุส (ค.ศ. 1369-1415) บุรุษเหล่านี้ได้ปูทางไว้สำหรับนักปฏิรูปยุคศตวรรษที่ 16 อย่างลูเธอร์และคาลวิน

❖ **สำหรับการอภิปราย:** จากข้อความอ้างอิงต่างๆ ข้างต้น (จากแอนเซล์มและเบอร์นาร์ด) มีข้อความใดบ้างที่สะดุดตาคุณเป็นพิเศษ? เพราะเหตุใด?

บทที่ 9

ผู้เบิกทางสู่ยุคปฏิรูป

วัลโด, ไวคลิฟฟ์, และผู้บุกเบิกก่อนยุคปฏิรูป

ข้อพระคัมภีร์หลัก: กิจการ 5:29-32

"เปโตรกับอัครทูตคนอื่นๆ ตอบว่า 'เราจำเป็นต้องเชื่อฟังพระเจ้ามากกว่าเชื่อฟังมนุษย์ พระเยซูผู้ซึ่งพวกท่านฆ่าเสียโดยแขวนไว้ที่ต้นไม้นั้น พระเจ้าแห่งบรรพบุรุษของเราทรงให้เป็นขึ้นมาแล้ว พระเจ้าทรงตั้งพระองค์ไว้ที่พระหัตถ์เบื้องขวาของพระองค์ ให้เป็นองค์พระผู้นำและองค์พระผู้ช่วยให้รอด เพื่อจะให้ชนอิสราเอลกลับใจใหม่ แล้วจะทรงอภัยบาปของเขาทั้งหลาย เราคือสักขีพยานของเรื่องเหล่านี้ และพระวิญญาณบริสุทธิ์ที่พระเจ้าประทานกับทุกคนที่เชื่อฟังพระองค์นั้นก็เป็นพยานด้วย'"

ค.ศ. 1140 **ปีเกิดของวาลโด**

ค.ศ. 1210 **วาลโดเสียชีวิต**

ค.ศ. 1324 **ปีเกิดของไวคลิฟฟ์**

ค.ศ. 1369 **ปีเกิดของฮุส**

ค.ศ. 1384 **ไวคลิฟฟ์เสียชีวิต**

ค.ศ. 1415 **ฮุสเสียชีวิต**

I. สถาบันสันตะปาปาในยุคกลางตอนกลางและตอนปลาย

- ในปลายศตวรรษ 1400s ศาสนจักรโรมันคาทอลิกในยุโรปจำเป็นต้องมีการปฏิรูปอย่างหนัก ความเสื่อมทรามของสถาบันสันตะปาปาเป็นที่ประจักษ์—ไล่ตั้งแต่การขาย ____________________ ไปจนถึง __________________ พระสันตะปาปาอันเป็นสถานการณ์ที่มีพระสันตะปาปาคู่แข่ง ______________ องค์ โดยที่แต่ละองค์ได้อ้างตนเป็นผู้นำแท้ของศาสนจักร

จดบันทึก: ____

____

____

____

____

❖ **สำหรับการอภิปราย:** คุณลองระบุชื่อบุคคลในพระคัมภีร์บางคนที่ยืนหยัดเพื่อความจริงในการเผชิญหน้ากับระบบการเมืองหรือศาสนาที่เสื่อมทรามได้ไหม? อะไรที่ทำให้พวกเขามีความกล้าที่จะยืนหยัดเช่นนั้น?

II. ปีเตอร์ วัลโด (ค.ศ. 1140-1210)

- วัลโดมีชีวิตอยู่ประมาณช่วงปี 1140-1210 เขาเป็นพ่อค้าผันตัวเป็นนักเทศน์จากเมืองลียง (ประเทศฝรั่งเศสในปัจจุบัน)
- ในตอนแรกเริ่ม วัลโดและผู้ติดตามของเขาเป็นที่รู้จักในชื่อ ________________________________ ในเวลาต่อมาพวกเขาเป็นที่รู้จักในชื่อว่า ________________________________

▶ พวกวัลเดนเซียนมีข้อเชื่อมั่นต่าง ๆ ที่เห็นพ้องกับพวกนักปฏิรูปในเวลาต่อมา ได้แก่

1. _____

2. _____

3. _____

จดบันทึก: _____
_____
_____
_____
_____
_____

❖ **สำหรับการอภิปราย:** ขอให้พิจารณาข้อพระคัมภีร์หลักในตอนต้นของบทนี้ (กิจการ 5:29-32) เมื่อผู้มีอำนาจบอกเปโตรให้เลิกเทศนา เขาตอบสนองอย่างไร? ปีเตอร์ วัลโด และผู้ติดตามของเขาประยุกต์ใช้หลักการเดียวกันนี้อย่างไรต่อสถานการณ์ที่พวกเขาเผชิญ?

III. จอห์น วิคลิฟฟ์ (ค.ศ. 1324-1384)

▶ จอห์น วิคลิฟฟ์รู้จักในฉายาว่า "_____ แห่งการปฏิรูปศาสนา"

▶ วิคลิฟฟ์รณรงค์ให้มีการแปลพระคัมภีร์เป็นภาษาของสามัญชน พร้อมกับเพื่อนร่วมงานของเขาบางคนที่ออกซ์ฟอร์ด เขามีส่วนในการแปลพระคัมภีร์จากฉบับ _____ เป็นภาษาอังกฤษ

▶ ในงานเขียนของเขา วิคลิฟฟ์โจมตีการกระทำผิดต่าง ๆ ของนิกายโรมันคาทอลิกอย่างรุนแรง เขาปฏิเสธหลักคำสอนเรื่อง _____ และไม่ยอมรับเรื่อง _____ และการบังคับ _____ ของบาทหลวง นอกจากนี้ เขายืนกรานว่าคริสตจักรควรสละการถือครองทรัพย์สิน และว่าฝ่ายนักเทศน์ควรจะโอบรับชีวิตแบบมัธยัสถ์และอุทิศตนแด่พระคริสต์อย่างเรียบง่าย

จดบันทึก: _____
_____
_____
_____
_____
_____

❖ **สำหรับการอภิปราย:** ขอให้อ่าน สดุดี 119:105 ทำไมผู้เขียนสดุดีเปรียบเทียบความจริงแห่งพระวจนะของพระเจ้ากับตะเกียง? จะเกิดอะไรขึ้นหากตะเกียงดับ? ขอให้อ่านข้อ 157-160 ผู้เขียนสดุดีตอบสนองต่อบรรดาผู้ที่ต่อต้านพระวจนะของพระเจ้าอย่างไร?

ก. วิคลิฟฟ์และสิทธิอำนาจของพระคัมภีร์

- วิธีการหนึ่งที่จอห์น วิคลิฟฟ์ ทำหน้าที่ในฐานะผู้เบิกทางสู่การปฏิรูปศาสนาฝ่ายโปรเตสแตนต์ก็คือ การยืนยันสิทธิอำนาจของพระคัมภีร์เหนือสิทธิอำนาจทางศาสนาใดๆ หลังจากยุคปฏิรูปศาสนา หลักการโปรเตสแตนต์นี้จะถูกสรุปด้วยวลีภาษาละตินว่า *sola Scriptura* ("พระคัมภีร์เท่านั้น")
- ขอให้พิจารณาหลักการต่างๆ ดังต่อไปนี้ซึ่งยืนยันโดยไวคลิฟฟ์ถึงสิทธิอำนาจสูงและความจำเป็นของพระคัมภีร์

1. วิคลิฟฟ์ยืนยันว่า พระวจนะของพระเจ้าเป็นแหล่งความจริงที่ดีกว่าผลงานใดๆ ของพระสันตะปาปาหรือบาทหลวง

   จอห์น วิคลิฟฟ์: "[ข้าพเจ้าเชื่อ] ว่าชายคริสเตียนคนหนึ่งเข้าใจสิ่งนี้ดี อาจสะสมองค์ความรู้ได้เพียงพอในระหว่างการเดินทางบนโลกใบนี้; ว่าความจริงทั้งหมดอยู่ในพระคัมภีร์; ว่าเราไม่ควรยอมรับข้อสรุปใดๆ ที่ไม่ได้รับอนุมัติในพระคัมภีร์; ว่าไม่มีศาลยุติธรรมใดนอกจากศาลแห่งสวรรค์; ว่าถึงแม้ว่าจะมีพระสันตะปาปาสักร้อยคน และนักบวชทั้งหมดในโลกถูกเปลี่ยนให้เป็นพระคาร์ดินัล แต่เราก็ควรเรียนรู้จากข่าวประเสริฐมากกว่าบรรดาคนเหล่านั้น; และว่าผู้เป็นบุตรแท้จะไม่ละเมิดพระประสงค์และพันธสัญญาของพระบิดาบนสวรรค์อย่างโง่เขลาอีกต่อไป[1]

2. เพราะว่ามนุษย์มีภาระรับผิดชอบต่อพระวจนะของพระเจ้า พวกเขาทุกคนจะต้องเผชิญความจริงแห่งพระคัมภีร์

   จอห์น วิคลิฟฟ์: "พระคัมภีร์นั่นเป็นพระบัญญัติของพระเจ้าที่ไร้ข้อผิดพลาด, จริงที่สุด, สมบูรณ์แบบที่สุด, และบริสุทธิ์ที่สุด ซึ่งเป็นหน้าที่ของมนุษย์ทุกคนในการเรียนรู้ที่จะเข้าใจ, ปกป้อง, และเชื่อฟัง ตราบเท่าที่พวกเขาต้องรับใช้องค์พระผู้เป็นเจ้าตามพระบัญญัตินั้น"[2]

3. เพื่อที่จะทำให้พระวจนะของพระเจ้าเข้าถึงฆราวาส (ผู้ที่ไม่ใช่บาทหลวง) วิคลิฟฟ์เห็นว่าพระคัมภีร์ควรจะถูกแปล (จากภาษาละติน) เป็นภาษาท้องถิ่นของคนทั่วไป

   จอห์น วิคลิฟฟ์: "ผู้เชื่อควรตรวจสอบประเด็นต่างๆ เกี่ยวกับความเชื่อของตนเองให้แน่ใจด้วยการมีพระคัมภีร์ในภาษาที่พวกเขาสามารถเข้าใจได้อย่างสมบูรณ์. . . . พระคริสต์และเหล่าอัครทูตของพระองค์ได้นำชาวโลกจำนวนมากมารับเชื่อโดยการทำให้พระคัมภีร์เป็นที่รู้จักในภาษาที่ผู้คนคุ้นเคย"[3]

4. เมื่อคำนึงถึงความสำคัญของการทำให้พระวจนะของพระเจ้าเข้าไปสู่มือและจิตใจของผู้คน บรรดาผู้ที่จะขัดขวางการงานนั้นมีความผิดอย่างใหญ่หลวงต่อเพื่อนมนุษย์

   จอห์น วิคลิฟฟ์: "แน่นอนว่า การห้ามมิให้มนุษย์กินและดื่ม และทำให้พวกเขาตายทางร่างกายนั้นไม่ได้โหดร้ายไปกว่าการกีดกันไม่ให้พวกเขาได้ยินข่าวประเสริฐและพระบัญญัติของพระเจ้า ซึ่งให้ชีวิตแก่จิตวิญญาณ พวกที่ถือว่าเป็นผู้ต่อต้านพระคริสต์คือ บาทหลวงชั้นสูงและพระครูเหล่านี้ที่แช่งด่ามนุษย์ในข้อหาเทศนาสั่งสอนและรับฟังพระคัมภีร์บริสุทธิ์"[4]

5. วิคลิฟฟ์เรียกพระสันตะปาปาว่า "ผู้ต่อต้านพระคริสต์" เพราะว่าพวกเขาเป็นศีรษะของขบวนการที่ตั้งตัวเองเหนือพระวจนะของพระเจ้า และต่อต้านการแปลพระวจนะของพระเจ้าเป็นภาษาท้องถิ่นของคนทั่วไป

 จอห์น วิคลิฟฟ์: "ดังที่พระเยซูคริสต์เจ้าของเราที่บัญญัติไว้โดยงานเขียนของนักประกาศข่าวประเสริฐสี่คนให้ทำหน้าที่ประกาศข่าวประเสริฐของพระองค์ และรักษาข่าวประเสริฐจากพวกนอกรีตและผู้ที่ละทิ้งความเชื่อ; เพื่อที่ว่ามาร หรือกระทั่งซาตาน แผนงานต่างๆ ของผู้ต่อต้านพระคริสต์และพระเทียมเท็จฝ่ายโลกที่จะทำลายพระคัมภีร์และความเชื่อของพวกคริสเตียน โดย [การอ้างว่า] คริสตจักมีสิทธิอำนาจมากกว่า และน่าเชื่อถือมากกว่าพระกิตติคุณใดๆ"[5]

6. ความพยายามของวิคลิฟฟ์ที่จะแปลพระคัมภีร์เป็นภาษาอังกฤษเผชิญกับข้อกล่าวหาว่าเป็นคนนอกรีต แต่เขายังมั่นใจว่าการกระทำของเขาได้รับการทรงอนุมัติของพระเจ้า

 จอห์น วิคลิฟฟ์: "พวกเขากล่าวว่า มันเป็นกิจนอกรีตที่จะพูดเรื่องพระคัมภีร์เป็นภาษาอังกฤษ และเช่นนั้นเองพวกเขาประณามพระวิญญาณที่ได้ประทานคำพูดในปากของพวกอัครทูตของพระคริสต์ เพื่อกล่าวพระวจนะของพระเจ้าในทุกภาษาภายใต้ฟ้าสวรรค์ที่สถาปนาโดยพระเจ้า"[6]

7. วิคลิฟฟ์มองการลดทอนความสำคัญของพระคัมภีร์ว่าเป็นการโจมตีพระสิริของพระเจ้าโดยตรง เขาตอบสนองต่อสิ่งนี้ด้วยการอุทิศชีวิตของเขาเพื่อพระเกียรติของพระเจ้าและพระวจนะของพระองค์

 จอห์น วิคลิฟฟ์: "ขอพระเจ้าทรงเป็นพยานของข้าพระองค์ ว่าเหนือสิ่งอื่นใดข้าพระองค์มีพระสิริของพระเจ้าในสายตาของพระเจ้าและความประเสริฐของคริสตจักร ซึ่งบังเกิดขึ้นจากความเคารพยำเกรงพระคัมภีร์และการเชื่อฟังพระบัญญัติของพระคริสต์"[7]

- คริสเตียนที่พูดภาษาอังกฤษส่วนใหญ่ทึกทักเอาว่า เรามีพระวจนะของพระเจ้าในภาษาของเราเอง เราสามารถรู้สึกขอบคุณสำหรับผู้แปลพระคัมภีร์ที่สัตย์ซื่อเหล่านั้นอย่างวิคลิฟฟ์และทินเดล ที่ยอมเหนื่อยยากเพื่อทำให้พระคัมภีร์ภาษาอังกฤษได้มีเกิดขึ้นจริง

❖ **สำหรับการอภิปราย:** บรรดาผู้มีอำนาจในศาสนจักรโรมันคาทอลิกยุคกลางต่อต้านความพยายามใดๆ ที่จะทำให้พระวจนะของพระเจ้าเข้าถึงสามัญชนในภาษาของพวกเขา โปรดอ่าน เอเสเคียล 34:1-12 พระธรรมตอนนี้เขียนเกี่ยวกับชนชาติอิสราเอลในพระคัมภีร์เดิม แต่หลักการที่ตอนนี้นำเสนอสามารถนำมาใช้กับประวัติศาสตร์คริสตจักรได้ด้วย พระเจ้าทรงดำริอย่างไรเกี่ยวกับผู้นำฝ่ายวิญญาณที่ล้มเหลวในการเลี้ยงฝูงแกะ?

IV. ยัน ฮุส (ค.ศ. 1369-1415)

- ยัน ฮุส (หรือ "จอห์น ฮัส") อยู่ในดินแดนซึ่งปัจจุบันคือประเทศ____________________เขามาจากหมู่บ้านหนึ่งที่ชื่อว่า "ฮูซิเนก" (Husinec") ซึ่งแปลว่า "หมู่บ้านห่าน" คำว่า "ฮุส" ในภาษาโบฮีเมียนแปลว่า "ห่าน"

 ยัน ฮุส: "ข้าพเจ้ามอบความเชื่อ, กล่าวคือ ความวางใจ, ไว้กับพระคัมภีร์ด้วยความถ่อมใจ โดยปรารถนาที่จะยึดถือ, เชื่อ, และยืนยันสิ่งใดก็ตามที่อยู่ในพระคัมภีร์ตราบเท่าที่ข้าพเจ้ายังมีลมหายใจ"[8]

ยัส ฮุส: "หากถ้อยคำของพระสันตะปาปาเห็นพ้องกับพระบัญญัติของพระคริสต์ เราจะต้องเชื่อฟังถ้อยคำเหล่านั้น หากมันต่างจากพระบัญญัติ สาวกของพระคริสต์จะต้องยืนยันอย่างจงรักภักดีและกล้าหาญร่วมกับพระคริสต์เพื่อต่อต้านสารตราพระสันตะปาปาอะไรก็ช่างทั้งหมดและเตรียมตัวให้พร้อม (หากจำเป็น) ที่จะเผชิญกับการสาปแช่งและความตาย เมื่อพระสันตะปาปาใช้อำนาจในวิถีที่ไม่เป็นไปตามพระคัมภีร์ การต่อต้านเขาไม่ใช่บาป แต่เป็นคำสั่ง"[9]

ยัน ฮุส: "ข้าพระองค์อุทธรณ์ต่อพระเยซูคริสต์ ผู้พิพากษาเพียงพระองค์เดียวที่ทรงมหิทธิฤทธิ์และทรงยุติธรรมอย่างสมบูรณ์ในพระหัตถ์ของพระองค์ข้าพระองค์นำเรื่องของข้าพระองค์ทูลวิงวอน มิใช่โดยอาศัยพยานเท็จหรือสภาที่บกพร่อง แต่โดยความจริงและความยุติธรรม"[10]

จดบันทึก: _____

_____

_____

_____

_____

_____

❖ **สำหรับการอภิปราย:** ขอให้อ่าน เอเฟซัส 1:18-23 ข้อพระคำเหล่านี้สอนอะไรเกี่ยวกับตำแหน่งขององค์พระเยซูเจ้าในคริสตจักร? คุณคิดว่าเพราะเหตุใดผู้มีอำนาจในศาสนจักรโรมันคาทอลิกจึงโกรธฮุสที่ยืนยันว่าพระคริสต์เท่านั้นเป็นศีรษะของคริสตจักร?

V. ถนนสู่การปฏิรูปศาสนา

▶ ดังที่เราจะได้เห็นในบทถัดไป ประเด็นหลักที่จุดประกายให้เกิดการปฏิรูปศาสนา คือประเด็นเรื่องสิทธิอำนาจในคริสตจักร

▶ ตามมุมมองนิกายโรมันคาทอลิก พระสันตะปาปาถูกถือว่าเป็นศีรษะของคริสตจักร และคริสตจักรมีสิทธิอำนาจเหนือพระคัมภีร์และการตีความพระคัมภีร์

▶ บรรดาผู้เบิกทางสู่ยุคปฏิรูป (หรือ "ผู้บุกเบิกก่อนยุคปฏิรูป") ท้าทายมุมมองดังกล่าว พวกเขาถือว่าพระคริสต์เท่านั้นที่เป็นศีรษะของคริสตจักรโดยชอบธรรม ดังนั้น พระวจนะของพระองค์ต้องเป็นที่เคารพในฐานะสิทธิอำนาจสูงสุดสำหรับคริสตจักร

▶ พวกผู้บุกเบิกก่อนยุคปฏิรูปเหล่านี้ตระหนักว่า พระวจนะของพระคริสต์ควรเป็นที่เข้าถึงได้โดยทุกคน ไม่ใช่เพียงบาทหลวง นักบวช เหตุฉะนั้น พวกเขารณรงค์ให้มีการแปลพระคัมภีร์เป็นภาษาสามัญต่างๆ ของยุโรป นอกจากนี้ พวกเขายังเทศนาและสั่งสอนในภาษาท้องถิ่น

▶ ในการนี้ ผู้มีอำนาจฝ่ายโรมันคาทอลิกได้ตีตราพวกผู้บุกเบิกก่อนยุคปฏิรูปว่าเป็นพวกนอกรีต และออกกฎห้ามการแปลพระคัมภีร์ของพวกเขา

▶ แต่พระวจนะของพระเจ้าไม่อาจถูกยับยั้งได้ ในทำนองเดียวกับที่การค้นพบพระบัญญัติของพระเจ้าครั้งใหม่ได้จุดประกายให้เกิดการปฏิรูปในยุคของกษัตริย์โยสิยาห์ (2 พศด. 34-35) ไม่นานนักการกู้คืนพระคัมภีร์ในยุคกลางจะปะทุกลายเป็นการฟื้นฟูและการปฏิรูปอย่างกว้างขวาง

❖ **สำหรับการอภิปราย:** ขอให้อ่าน กิจการ 6:7 และ 19:20 อะไรคือพลังเบื้องหลังการเติบโตของคริสตจักรยุคแรก? ข้อพระคำเหล่านั้นสอนอะไรเราเกี่ยวกับพลังเบื้องหลังของการฟื้นฟูและการปฏิรูป?

ส่วนที่ IV

ยุคปฏิรูป
และยุคใหม่

ศตวรรษที่ 16-20

บทที่ 10

ความสว่างภายหลังความมืด

ลูเธอร์, คาลวิน, และนักปฏิรูปฝ่ายโปรเตสแตนต์

ข้อพระคัมภีร์หลัก: ฮีบรู 4:12

"เพราะว่าพระวจนะของพระเจ้านั้นมีชีวิตและทรงพลานุภาพอยู่เสมอ และคมยิ่งกว่าดาบสองคมใดๆ แทงทะลุกระทั่งแยกจิตและวิญญาณ ทั้งข้อกระดูกและไขในกระดูก และสามารถวินิจฉัยความคิดและความมุ่งหมายในใจด้วย"

ค.ศ. 1505 ลูเธอร์เข้าสู่อาราม

ค.ศ. 1517 คำประท้วง 95 ข้อ

ค.ศ. 1521 สภาเมืองวอร์มส์

ค.ศ. 1530 สภาเมืองออกส์เบิร์ก

ค.ศ. 1536 สถาบันศาสนาของคาลวิน

ค.ศ. 1541 คาลวินกลับกรุงเจนีวา

ค.ศ. 1546 ลูเธอร์เสียชีวิต

ค.ศ. 1556 น็อกซ์ในกรุงเจนีวา

ค.ศ. 1564 คาลวินเสียชีวิต

I. ปูพื้นฐานเรื่องการปฏิรูป

► พวกนักปฏิรูปให้การยอมรับ ________________________________ ในฐานะพลังเบื้องหลังขบวนการของพวกเขา ขอให้พิจารณาคำกล่าวอ้างต่อไปนี้ของมาร์ติน ลูเธอร์ (ค.ศ. 1483-1546):

มาร์ติน ลูเธอร์: "ทุกสิ่งที่ข้าพเจ้ากระทำคือการผลักดัน เทศนา และเขียนพระวจนะของพระเจ้า นอกเหนือจากนี้ข้าพเจ้าไม่ได้ทำอะไรเลย. . . . พระวจนะได้ทรงกระทำสิ่งที่ยิ่งใหญ่. . . . ข้าพเจ้าหาได้ทำสิ่งใด; พระวจนะได้ทรงกระทำและทรงทำทุกอย่างสำเร็จ"[1]

มาร์ติน ลูเธอร์: "โดยพระวจนะโลกได้ถูกพิชิต โดยพระวจนะคริสตจักรจึงได้รับความรอด และโดยพระวจนะคริสตจักรสมควรได้รับการสถาปนาใหม่"[2]

มาร์ติน ลูเธอร์: "พระสันตะปาปา ลูเธอร์ ออร์กัสติน [หรือกระทั่ง] ทูตสวรรค์—ไม่ควรเป็นเจ้านาย ผู้พิพากษา หรือผู้ชี้ขาด; แต่เป็นเพียงพยาน สาวก และผู้สารภาพยอมรับพระคัมภีร์ และไม่ควรมีหลักคำสอนใดถูกสอนหรือเป็นที่ได้ยินในคริสตจักร นอกจากพระวจนะอันบริสุทธิ์ของพระเจ้า มิฉะนั้นแล้ว ขอให้พวกอาจารย์และผู้ได้ยินถูกสาปแช่งไปพร้อมกับหลักคำสอนของพวกเขา"[3]

จดบันทึก: ____

____

____

____

____

____

II. การกลับใจเชื่ออย่างน่าทึ่ง

▶ พระเจ้าทรงช่วยมาร์ติน ลูเธอร์ให้รอดด้วยวิธีที่น่าทึ่ง ก่อนที่พระองค์จะทรงใช้เขาจุดประกายนักปฏิรูปในยุโรป

> **มาร์ติน ลูเธอร์:** "ในที่สุด หลังจากใคร่ครวญทั้งกลางวันและกลางคืน และโดยพระเมตตาของพระเจ้า ข้าพเจ้าก็เพ่งความสนใจไปที่บริบทของถ้อยคำที่ว่า 'ในข่าวประเสริฐนั้น ความชอบธรรมซึ่งเกิดมาจากพระเจ้าก็ได้สำแดงออกโดยความเชื่อ ตามที่พระคัมภีร์มีเขียนไว้ว่า "คนชอบธรรมจะมีชีวิตดำรงอยู่โดยความเชื่อ"' จากนั้นข้าพเจ้าก็เริ่มเข้าใจว่า ความชอบธรรมของพระเจ้าก็คือ สิ่งซึ่งผู้ชอบธรรมใช้เพื่อการดำรงชีวิตตามของประทานจากพระเจ้า นั่นคือ ความเชื่อ. . . . จุดนี้ข้าพเจ้ารู้สึกราวกับได้บังเกิดใหม่อย่างหมดจดและได้เข้าสู่เมืองบรมสุขเกษมผ่านทางประตูที่ได้ถูกเหวี่ยงเปิดออก ด้านที่ใหม่หมดจดของพระคัมภีร์ถูกเปิดเผยต่อข้าพเจ้า . . . และข้าพเจ้ายกชูถ้อยคำอันหอมหวานที่สุดของข้าพเจ้าพร้อมความรักที่ยิ่งใหญ่พอ ๆ กับความเกลียดที่ข้าพเจ้าเคยมีต่อวลี 'ความชอบธรรมของพระเจ้า' ดังนั้น ข้อพระคำนั้นของเปาโล [รม. 1:17] สำหรับข้าพเจ้าเป็นประตูสู่เมืองบรมสุขเกษมอย่างแท้จริง"[4]

จดบันทึก: ______________________________

____

____

____

____

____

III. คำประท้วง 95 ข้อ และสภาไดเอ็ทแห่งวอร์มส์

▶ ในปี 1517 ผู้มีอำนาจของศาสนจักรได้แต่งตั้งนักบวชคนหนึ่งชื่อ ______________________________ ให้ขายใบลดโทษบาปทั่วแคว้นแซกโซนี

จดบันทึก: _____

_____

_____

_____

_____

_____

มาร์ติน ลูเธอร์: "เนื่องจากฝ่าพระบาทและใต้เท้าทั้งหลายปรารถนาคำตอบที่เรียบง่าย ข้าพเจ้าจะตอบคำถามโดยไม่มีลับลมคมใน เว้นแต่ข้าพเจ้าจะถูกโน้มน้าวใจโดยพระคัมภีร์และเหตุผลที่ชัดเจน—ข้าพเจ้าไม่ยอมรับสิทธิอำนาจของพระสันตปาปาและสภาต่าง ๆ เพราะทั้งสองมักขัดแย้งกันเอง—มโนธรรมของข้าพเจ้าตกเป็นเชลยของพระวจนะของพระเจ้า ข้าพเจ้าไม่สามารถและจะไม่ละทิ้งสิ่งใดเลย เพราะการฝืนมโนธรรมตนเองมันทั้งไม่ถูกต้องและไม่ปลอดภัย ขอพระเจ้าทรงช่วยข้าพระองค์ด้วยเถิด อาเมน"[5]

❖ **สำหรับการอภิปราย:** ขอให้อ่านสิ่งที่ลูเธอร์ได้กล่าวที่สภาไดเอ็ทแห่งวอร์มส์ ลูเธอร์อุทธรณ์ต่อสิทธิอำนาจใด? มโนธรรมของเขาผูกพันกับสิทธิอำนาจใด?

IV. หัวใจของข่าวประเสริฐ

▶ เพื่อให้เป็นไปตามการอุทิศยึดมั่นของพวกเขาใน _____ ของพระคัมภีร์ ลูเธอและพวกสหายนักปฏิรูปของเขามองไปที่พระวจนะของพระเจ้าในการกำหนดนิยามหัวใจของข่าวประเสริฐ

มาร์ติน ลูเธอร์: "เหตุฉะนั้น โดยทางความเชื่อในพระคริสต์ ความชอบธรรมของพระองค์กลายเป็นความชอบธรรมของเรา และทุกอย่างที่พระองค์ทรงมีเป็นของเรา; ยิ่งกว่านั้น พระองค์เองทรงกลายเป็นของเรา. . . . นี่เป็นความชอบธรรมอันไม่สิ้นสุด และกลืนกินบาปทั้งหมดในพริบตาเดียว เพราะว่ามันเป็นไปไม่ได้ที่บาปจะดำรงอยู่ในพระคริสต์ ในทางกลับกัน บุคคลที่เชื่อวางใจในพระคริสต์ก็อยู่ในพระคริสต์; เขาเป็นหนึ่งเดียวกับพระคริสต์ โดยมีความชอบธรรมเดียวกันกับที่พระองค์ทรงมี"[6]

มาร์ติน ลูเธอร์: "โดยการสร้างความเปลี่ยนแปลงอันดีต่อเรา พระองค์ [พระคริสต์] ทรงรับเอาตัวตนบาปของเราไว้กับพระองค์ และประทานพระบุคคลที่บริสุทธิ์และมีชัยชนะของพระองค์แก่เรา; ที่ซึ่งเราได้สวมแล้วตอนนี้ ทำให้เราเป็นอิสระจากคำสาปแช่งของกฎบัญญัติ. . . . ดังนั้น โดยความเชื่อเท่านั้นเราจึงถูกทำให้เป็นผู้ชอบธรรม เพราะความเชื่อยึดครองความบริสุทธิ์และชัยชนะของพระคริสต์เอาไว้"[7]

จอห์น คาลวิน: "ผู้ที่ถูกนับว่าเป็นคนชอบธรรมโดยความเชื่อคือ บุคคลที่ (แยกจากความชอบธรรมแห่งการกระทำ) รับเอาความชอบธรรมของพระคริสต์ผ่านทางความเชื่อ และสวมใส่ความชอบธรรมนั้น ซึ่งปรากฏต่อสายพระเนตรของพระเจ้าไม่ใช่ในฐานะคนบาปแต่เป็นคนชอบธรรม"[8]

จอห์น คาลวิน: "เราถูกนับว่าเป็นผู้ชอบธรรมต่อพระพักตร์พระเจ้าโดยการทูลวิงวอนของความชอบธรรมของพระคริสต์เท่านั้น นี่เท่ากับการกล่าวว่า มนุษย์ไม่ได้ชอบธรรมในตัวของเขาเอง แต่เพราะความชอบธรรมของพระคริสต์ถูกส่งมอบให้กับเขาโดยการถ่ายโอนให้"[9]

- ในการปกป้องความเข้าใจข่าวประเสริฐของตนเอง พวกนักปฏิรูปกลับไปที่คำสอนของพระคัมภีร์ ข้อพระคัมภีร์หลักบางข้อที่พวกเขาพิจารณาประกอบด้วย:

  ลูกา 18:10-14; 23:43

  ยอห์น 3:16, 36; 11-25-27

  กิจการ 13:38-39; 15:9-11; 16:30-31

  โรม 3:28; 4:3; 5:1-3; 11:6

  2 โครินธ์ 5:21

  กาลาเทีย 1:6-9; 2:21

  โคโลสี 2:13-14

  เอเฟซัส 2:4-10

  ฟีลิปปี 3:7-11

  1 ทิโมธี 1:15-17

  ทิตัส 3:4-7

❖ **สำหรับการอภิปราย:** ขอให้ดูข้อพระคัมภีร์ที่ระบุไว้ข้างต้นสองหรือสามข้อ ข้อพระคำเหล่านั้นสอนอะไรเกี่ยวกับพระคุณแห่งข่าวประเสริฐ? คุณจะบอกกับบางคนที่คิดว่าพวกเขาสามารถขึ้นสวรรค์โดยอาศัยการกระทำดีของตนเองว่าอย่างไร?

V. จอห์น คาลวิน และพระสิริของพระเจ้า

- คาลวินเกิดในประเทศฝรั่งเศสในปี 1509 เขามีอายุน้อยกว่าลูเธอร์ 25 ปี เช่นนั้นเอง คาลวินเป็นตัวแทนของ _________ ________________________________ ของนักปฏิรูปศาสนาฝ่ายโปรเตสแตนต์

จดบันทึก: ____

____

____

____

____

____

จอห์น คาลวิน: “พระวิญญาณบริสุทธิ์ได้อุทิศถวายเราเป็นพระวิหารของพระเจ้า ดังนั้น เราจะต้องยอมให้พระสิริของพระเจ้าส่องสว่างผ่านชีวิตของเรา และไม่ให้เราสร้างความสกปรกแก่ตนเองด้วยบาป”[10]

จอห์น คาลวิน: "จะมีอะไรสอดคล้องกันกับความเชื่อมากไปกว่าการยอมรับว่าเรานั้นเปลือยเปล่าไร้ซึ่งคุณธรรม ใดๆ เพื่อที่ว่าพระเจ้าจะทรงสวมอาภรณ์ให้แก่เรา? ว่าเราปราศจากความดีทุกอย่าง ที่ต้องรับการเติมเต็มโดย พระองค์? ว่าเราเป็นทาสของบาป ที่ต้องถูกปลดแอกโดยพระองค์? ตาบอด ที่ต้องถูกเบิกเนตรโดยพระองค์? อ่อน ปวกเปียก ที่ต้องถูกทำให้ตรงโดยพระองค์? อ่อนแอ ที่ต้องถูกค้ำจุนโดยพระองค์? เอาโอกาสทั้งหมดในการชื่นชม ยินดีไปจากเรา เพื่อที่ว่าพระองค์เท่านั้นจะยืนหยัดอย่างสง่างามและให้เราชื่นชมยินดีในพระองค์?"[11]

จอห์น คาลวิน: "เพราะว่าตราบเท่าที่มนุษย์ยังไม่ตระหนักว่าพวกเขาเป็นหนี้พระเจ้าในทุกอย่าง, ว่าพวกเขา ได้รับการบำรุงเลี้ยงโดยพระบิดาของเขา, ว่าพระองค์ทรงเป็นผู้ริเริ่มสิ่งประเสริฐทุกอย่างของพวกเขา, ว่าพวกเขา ไม่ควรแสวงหาสิ่งอื่นใดนอกจากพระองค์ พวกเขาจะไม่มีวันถวายการรับใช้อย่างเต็มใจแด่พระองค์ ไม่เลย, เว้นแต่ พวกเขาจะสถาปนาความสุขอันสมบูรณ์ในพระองค์ พวกเขาจะไม่มีวันถวายตัวอย่างแท้จริงและจริงใจแด่พระองค์"[12]

❖ **สำหรับการอภิปราย:** ขอให้อ่าน 1 โครินธ์ 10:31 การทำทุกสิ่งเพื่อถวายพระเกียรติแด่พระเจ้าหมายความว่าอย่างไร? ลำดับความสำคัญนั้นควรจะมีอิทธิพลต่อวิธีการใช้ชีวิตของเราในฐานะผู้เชื่ออย่างไร (2 คร. 5:9)?

VI. คนอื่นๆ ที่คุณควรรู้จัก

▶ **ฟิลิป เมแลงค์ธอน (ค.ศ. 1497-1560)**—เพื่อนสนิทของลูเธอร์ในวิตเทนบูร์ก เขาเป็นผู้เขียนหลักของคำสารภาพ เอาก์สบูร์ก ซึ่งถูกนำเสนอต่อพระจักรพรรดิชาร์ลส์ที่ 4 ที่สภาไดเอ็ทแห่ง _____ ในปี 1530 คำสารภาพเอาก์สบูร์กเป็นหนึ่งในเอกสารที่สำคัญที่สุดในประวัติศาสตร์นิกายลูเธอรัน

▶ **อุลริค ซวิงลี (ค.ศ. 1484-1531)**—นักปฏิรูปฝ่ายโปรเตสแตนต์ในซูริค ซึ่งถูกนับว่าเป็นบิดาแห่งการปฏิรูปของการปฏิรูป ศาสนา เขาได้โน้มน้าวให้สภาเมืองซูริคอนุญาตให้เขาทำการปฏิรูปศาสนจักรคาทอลิกครั้งใหญ่ ซึ่งรวมถึงการยกเลิกพิธี มิสซา จากการที่เขาเป็นคนร่วมสมัยกับลูเธอร์ ทำให้ทั้งสองคนเห็นพ้องกันในหลักคำสอนหลายประเด็น แต่แตกต่างกัน อย่างชัดเจนในความเข้าใจเรื่องโต๊ะอาหารขององค์พระผู้เป็นเจ้า

▶ **วิลเลียม ทินเดล (ค.ศ. 1494-1536)**—ผู้แปลพระคัมภีร์เป็นภาษาอังกฤษ ซึ่งได้หลบหนีไปยุโรปเพราะการแปลเป็นสิ่งผิด กฎหมายในอังกฤษสมัยนั้น เขาแปลพระคัมภีร์ใหม่จากภาษากรีก และแปลโทราห์จากภาษาฮีบรู ในปี 1536 เขาถูกจับและ ประหารชีวิตโดยพระบัญชาของกษัตริย์เฮนรีที่ 8 กษัตริย์แห่งอังกฤษ ความพยายามในการแปลของเขาได้วางรากฐานไว้ สำหรับการแปลพระคัมภีร์เป็นภาษาอังกฤษครั้งต่อๆ มา

▶ **ทอมัส แครนเมอร์ (ค.ศ. 1489-1556)**—อาร์คบิชอปฝ่ายโปรเตสแตนต์แห่ง _____ ผู้ซึ่ง ได้ช่วยจุดประกายการปฏิรูปศาสนาในอังกฤษในรัชสมัยของกษัตริย์เฮนรีที่ 8 และเอ็ดเวิร์ดที่ 6 แครนเมอร์ถูกประหารชีวิต เพราะความเชื่อของเขาโดยสมเด็จพระราชินีนาถแมรีที่ 1 แห่งอังกฤษ (เป็นที่รู้จักในนาม "แมรีผู้กระหายเลือด")

▶ **จอห์น น็อกซ์ (ค.ศ. 1513-1572)**—นักปฏิรูปชาวสกอตผู้ถูกเนรเทศไปอังกฤษ และจากนั้นไปยุโรป (แฟรงก์เฟิร์ตและ เจนีวา) ก่อนที่จะกลับไปยังสกอตแลนด์เพื่อนำความพยายามในการปฏิรูปศาสนาที่นั่น เขาได้ขัดแย้งกับผู้ปกครองที่ถือ นิกายโรมันคาทอลิก สมเด็จพระราชินีนาถแมรีที่ 1 แห่งสกอตแลนด์ ท้ายที่สุด น็อกซ์ได้นำศาสนศาสตร์ขนบปฏิรูปมายัง สกอตแลนด์ โดยเช่นนั้นเองได้สถาปนานิกายเพรสไบทีเรียน

บทที่ 11

จากยุคปฏิรูปสู่ยุคฟื้นฟู

เอ็ดเวิร์ดส์, ไวท์ฟีลด์, และการตื่นตัวครั้งใหญ่

ข้อพระคัมภีร์หลัก: ยอห์น 3:1-3

"มีชายคนหนึ่งในพวกฟาริสีชื่อนิโคเดมัส เป็นขุนนางของพวกยิว คนนี้มาหาพระเยซูตอนกลางคืนทูลพระองค์ว่า "ท่านอาจารย์ เราทราบว่าท่านเป็นครูที่มาจากพระเจ้า เพราะไม่มีใครทำหมายสำคัญที่ท่านทำนั้นได้ นอกจากพระเจ้าสถิตกับเขา" พระเยซูตรัสตอบเขาว่า 'เราบอกความจริงกับท่านว่า ถ้าคนใดไม่ได้เกิดใหม่ คนนั้นไม่สามารถเห็นแผ่นดินของพระเจ้า'"

ค.ศ. 1620 **พวกผู้แสวงบุญสู่เมืองพลิมัธ**

ทศวรรษ 1630s-40s **พวกพิวริตัสสู่นิวอิงแลนด์**

ทศวรรษ 1640s **สงครามกลางเมืองอังกฤษ**

ทศวรรษ 1650s **รัฐในอารักขาของครอมเวลล์**

ค.ศ. 1660 **การฟื้นฟูราชวงศ์อังกฤษ**

ค.ศ. 1662-84 **พวกพิวริตันในฐานะผู้ไม่ฝักใฝ่ฝ่ายใด**

ค.ศ. 1703 **ปีเกิดของเอ็ดเวิร์ดส์และเวสลีย์**

ทศวรรษ 1730s-40s **การฟื้นฟูอีแวนเจลิคัล**

ค.ศ. 1739-41 **การฟื้นฟูครั้งใหญ่**

I. พวกพิวริตันชาวอังกฤษ

- โปรเตนแตนต์ชาวอังกฤษเหล่านี้มุ่งที่จะทำให้คริสตจักรบริสุทธิ์จากความทุจริตเสื่อมทรามของนิกายโรมันคาทอลิก ด้วยเหตุผลนี้ พวกเขาจึงเป็นที่รู้จักในนาม "พิวริตัน"

จดบันทึก: ______________________________

____

____

____

____

____

❖ **สำหรับการอภิปราย:** พวกพิวริตันเป็นพวกอนุรักษ์นิยมทางศาสนศาสตร์ นั่นคือ พวกคริสเตียนที่เชื่อพระคัมภีร์ในอังกฤษในศตวรรษที่ 16 และ 17 ความปรารถนาของพวกเขาคือการทำให้นิกายเชิร์ชออฟอิงแลนด์บริสุทธิ์ โดยการขจัดหลักคำสอนและวิถีปฏิบัติต่างๆ ที่ไม่เป็นไปตามหลักพระคัมภีร์ บทเรียนอะไรบางที่เราเรียนรู้ได้จากตัวอย่างของพวกพิวริตัน

II. นิกายพิวริตันและอเมริกา

- เนื่องจาก ______________________ กลุ่มพิวริตันจำนวนหลายพันคนจึงข้ามมหาสมุทรแอตแลนติกมุ่งไปยังอเมริกาเหนือในปี 1620s-30s

จดบันทึก: ____

____

____

____

____

____

❖ **สำหรับการอภิปราย:** ในผู้วินิจฉัย 2:6-15 ผู้เขียนบรรยายถึงสิ่งที่เกิดขึ้นกับชนชาติอิสราเอลเมื่อคนรุ่นหลังๆ ไม่ติดตามพระเจ้าเหมือนกับบรรพบุรุษของพวกเขา ตามที่รุปุไว้ข้างต้น พวกพิวริตันชาวอเมริกันยุคถัดๆ มาขาดความรักแรงกล้าเพื่อองค์พระผู้เป็นเจ้าซึ่งเป็นลักษณะเด่นของบรรพบุรุษของพวกเขา คุณคิดว่าปัจจัยอะไรบ้างที่มีส่วนให้เกิดความเฉยชาเช่นนั้น? เหตุการณ์นั้นจะมีผลต่อวิธีคิดของเราเกี่ยวกับคนรุ่นหลังในคริสตจักรของเราอย่างไร?

III. การฟื้นฟูอีแวนเจลิคัลในอังกฤษ

▶ เนื่องจากความถดถอยฝ่ายวิญญาณทั้งในอังกฤษและอาณานิคมอเมริกัน เป็นเวลาที่เหมาะสำหรับการฟื้นฟูอีแวนเจลิคัลในอังกฤษและการฟื้นฟูครั้งใหญ่ในอเมริกา

จดบันทึก: ____

____

____

____

____

____

____

____

____

____

____

____

❖ **สำหรับการอภิปราย:** พวกนักเทศน์ยุคการฟื้นฟูอีแวนเจลิคัลพบว่า พฤติกรรมเชิงศีลธรรมและการกระทำดีไม่สามารถช่วยคนบาปให้รอด แต่คนทั้งหลายจะต้อง "บังเกิดใหม่" หรือ "เกิดใหม่" ซึ่งหมายความว่าหัวใจของพวกเขาจะต้องถูกเปลี่ยน ขอให้อ่าน ยอห์น 3:1-3, 2 โครินธ์ 5:17, และทิตัส 3:1-7 ข้อพระคำเหล่านี้สอนอะไรเราเกี่ยวกับความสัมพันธ์ระหว่างการบังเกิดใหม่กับความรอด?

IV. โจนาธาน เอ็ดเวิร์ดส์ และการตื่นตัวครั้งใหญ่

ก. ชีวิตแรกเริ่มของเอ็ดเวิร์ดส์

▶ เอ็ดเวิร์ดส์เกิดเมื่อวันที่ 5 ตุลาคม 1703 เขาเป็นบุตรคนที่ 5 จากทั้งหมด 11 คน และเป็นบุตรชายคนเดียว บิดา ของเขา ทิโมธี เอ็ดเวิร์ดส์ เป็นผู้รับใช้ เช่นเดียวกับคุณตาของเขา คือ _____

_____

▶ ไม่นานหลังจากการกลับใจเชื่อของเขา ในฐานะเด็กหนุ่ม เขาได้เขียนปณิธาน _____ ข้อ

โจนาธาน เอ็ดเวิร์ดส์ (อารัมภบท): "ด้วยตระหนักดีว่าข้าพเจ้าไม่อาจทำอะไรได้โดยปราศจากการช่วยเหลือจาก พระเจ้า ข้าพเจ้าวิงวอนพระองค์ด้วยใจถ่อมโดยพระคุณของพระองค์ ให้ทรงช่วยข้าพเจ้าในการรักษาปณิธานเหล่า นี้ ตราบเท่าที่ปณิธานเหล่านี้สอดคล้องกับน้ำพระทัยพระองค์ เพราะเห็นแก่พระคริสต์"

4. "ตั้งใจแน่วแน่: จะไม่กระทำสิ่งหนึ่งสิ่งใด ไม่ว่าในทางจิตวิญญาณหรือทางกาย, น้อยหรือมาก, ยกเว้นสิ่งที่ถวาย เกียรติพระเจ้า ไม่ยึดติด ไม่เสียใจกับสิ่งเหล่านี้ หากข้าพเจ้าสามารถหลีกเลี่ยงได้"

5. "ตั้งใจแน่วแน่: จะไม่เสียเวลาแม้แต่ครู่เดียว แต่จะใช้มันในทางที่อำนวยประโยชน์ที่สุดเท่าที่ข้าพเจ้าจะกระทำ ได้"

21. "ตั้งใจแน่วแน่: "จะไม่กระทำสิ่งใด ในสิ่งที่หากข้าพเจ้าเห็นว่าคนอื่นกระทำแล้ว ข้าพเจ้าจะถือเป็นเหตุผลสมควร ที่จะชิงชังเขา หรือจะมองเขาในทางร้ายกว่าเดิมไม่ว่าจะด้วยรูปแบบใด"

48. "ตั้งใจแน่วแน่: ด้วยความพิถีพิถันและความเพียรอย่างที่สุด และด้วยการตรวจสอบอย่างเข้มงวดที่สุด ที่จะ พิจารณาสภาพจิตวิญญาณของข้าพเจ้าอย่างต่อเนื่อง เพื่อที่ว่าข้าพเจ้าจะรู้ว่าข้าพเจ้ามีความเอาใจใส่ในพระคริสต์ อย่างแท้จริงหรือไม่; เพื่อที่ว่าเมื่อข้าพเจ้าตายไป ข้าพเจ้าจะไม่มีการละเลยในเรื่องนี้เป็นบาปให้ข้าพเจ้าต้องกลับ ใจใหม่"

52. "บ่อยครั้งข้าพเจ้าได้ยินคนสูงอายุกล่าวว่าพวกเขาจะใช้ชีวิตอย่างไรหากได้เริ่มต้นใช้ชีวิตใหม่อีกครั้ง ตั้งใจ แน่วแน่: ว่าข้าพเจ้าจะใช้ชีวิตดังที่สามารถนึกภาพออกว่าข้าพเจ้าจะรู้สึกเสียใจว่าควรได้ทำมัน สมมติว่าข้าพเจ้า มีชีวิตถึงวัยชรา"

จดบันทึก:_____

_____

_____

_____

_____

_____

ข. การตื่นตัวครั้งใหญ่

▶ ในช่วงกลางถึงปลายทศวรรษ 1730s คริสตจักรของเอ็ดเวิร์ดส์ได้กลายเป็นจุดเริ่มต้นสำหรับ _____
_____ ที่แพร่หลายไปทั่วพื้นที่ต่างๆ โดยรอบ

จดบันทึก: _____
_____
_____
_____
_____
_____

ค. ชีวิตช่วงต่อมาของเอ็ดเวิร์ดส์

จดบันทึก: _____
_____
_____
_____
_____
_____

❖ **สำหรับการอภิปราย:** การตื่นตัวครั้งใหญ่เป็นการฟื้นฟูท่ามกลางคริสตจักรต่างๆ ในนิวอิงแลนด์ ผู้คนเติบโตมาใน คริสตจักร แต่ไม่เคยต้อนรับพระคริสต์ด้วยความเชื่อแห่งการช่วยให้รอด แน่นอนว่าพวกเขาจะต้องเผชิญกับความ เป็นจริงของสภาพฝ่ายวิญญาณของพวกเขา คุณจะบอกอย่างไรกับคนที่อ้างว่าตัวเองเป็นคริสเตียนเพียงเพราะเขาไป คริสตจักรและพยายามเป็นคนดี? ข้อพระคัมภีร์ตอนไหนที่คุณจะใช้ในการอธิบายถึงการติดตามพระคริสต์ที่แท้จริง?

V. ดำเนินตามรอยของการปฏิรูป

▶ โดยแก่นแท้นั้น การปฏิรูปศาสนาฝ่ายโปรเตสแตนต์ถูกสร้างขึ้นบนหลักการพื้นฐานสองประการ หลักการ _____
_____ (sola Scriptura) ให้สิทธิอำนาจสำหรับนิยามหลักคำสอนและกำหนดหลักข้อเชื่อต่างๆ
หลักการ _____ (sola fide) เรียบเรียงความจริงของข่าวประเสริฐที่ว่า คนบาปถูกนับ
ว่าเป็นผู้ชอบธรรม (หรือถูกประกาศว่าชอบธรรมในสายพระเนตรของพระเจ้า) โดยพระคุณผ่านทางความเชื่อในพระเยซู
คริสต์ นอกเหนือจากการกระทำที่ตนถือว่าชอบธรรมของพวกเขา

▶ หลักการสองประการนี้เป็นที่ปรากฏชัดเจนทั้งโดยกลุ่มพิวริตันและผู้นำคริสตจักรในศตวรรษที่ 18 ที่ติดตามพวกเขา
ขอให้พิจารณาคำสารภาพเวสต์มินสเตอร์ ทั้งที่เกี่ยวกับสิทธิอำนาจของพระคัมภีร์และการถูกนับว่าเป็นผู้ชอบธรรมโดย
ความเชื่อ:

คำสารภาพเวสต์มินสเตอร์ว่าด้วยพระคัมภีร์: "สิทธิอำนาจของพระคัมภีร์บริสุทธิ์ ที่เราจะต้องเชื่อวางใจและเชื่อฟัง มิใช่โดยพึ่งพาคำพยานของมนุษย์คนใดหรือคริสตจักรใด แต่พึ่งพาพระเจ้าโดยสมบูรณ์ (ผู้ทรงเป็นความจริงโดยพระองค์เอง) ผู้เขียนพระคัมภีร์ และดังนั้นเราจึงต้องรับพระคัมภีร์ไว้ เพราะว่าเป็นพระวจนะของพระเจ้า. . . . ผู้พิพากษาสูงสุดซึ่งจะกำหนดทุกข้อถกเถียงของศาสนา, และจะสำรวจตรวจสอบบัญญัติทุกข้อของสภาต่าง ๆ, ความคิดเห็นต่าง ๆ ของนักเขียนยุคโบราณ, หลักคำสอนต่าง ๆ ของมนุษย์, และจิตวิญญาณส่วนบุคคล, และประโยคถ้อยคำของพระองค์ผู้ที่เราจะต้องวางใจ จะเป็นใครไปไม่ได้นอกจากพระวิญญาณบริสุทธิ์ที่ตรัสในพระคัมภีร์" (1.4, 10)

คำสารภาพเวสต์มินสเตอร์ว่าด้วยการถูกนับว่าเป็นผู้ชอบธรรม: "คนเหล่านั้นที่พระเจ้าทรงเรียกอย่างมีประสิทธิภาพ เขาก็ถูกนับว่าเป็นผู้ชอบธรรมอย่างไม่คิดมูลค่า ไม่ใช่โดยการฉีดความชอบธรรมเข้าไปในตัวเขา แต่โดยการอภัยบาปของพวกเขา และโดยการบันทึกบัญชีและยอมรับพวกเขาว่าเป็นผู้ชอบธรรม; ไม่ใช่เพราะสิ่งใด ๆ ที่เกิดจากตัวพวกเขาหรือกระทำโดยพวกเขา, แต่เพราะเห็นแก่พระคริสต์เท่านั้น; ไม่ใช่ด้วยการมอบความเชื่อโดยตัวมันเอง, หรือการกระทำของการเชื่อ, หรือการเชื่อฟังตามแบบอีแวนเจริคัลอื่นใดของพวกเขา เพื่อเป็นความชอบธรรมของพวกเขา; แต่โดยการถ่ายโอนการเชื่อฟังและความพึงพอใจของพระคริสต์ให้กับพวกเขา โดยที่พวกเขาได้รับและพักสงบอยู่ในพระองค์และความชอบธรรมของพระองค์ด้วยความเชื่อ; ซึ่งความเชื่อนี้ไม่ใช่ความเชื่อจากตัวพวกเขาเอง แต่เป็นของประทานจากพระเจ้า" (11.1)

- นักอีแวนเจลิคัลฝ่ายโปรเตสแตนต์แห่งศตวรรษที่ 18 (เช่นเอ็ดเวิร์ดส์, ไวท์ฟีลด์, และสองพี่น้องเวสลีย์) คงจะเห็นพ้องกันว่า พระวจนะของพระเจ้ามาพร้อมกับสิทธิอำนาจสูงสุดของพระองค์ และพระราชกิจแห่งความรอดของพระเจ้าอาศัยพระราชกิจที่สำเร็จแล้วของพระคริสต์เท่านั้นเป็นรากฐาน มิใช่ความพยายามต่าง ๆ แบบเคร่งศีลธรรมของคนบาป

❖ **สำหรับการอภิปราย:** บทเรียนนี้เน้นถึงผลกระทบต่าง ๆ ของการปฏิรูปศาสนาในศตวรรษที่ 17 และ 18 อะไรที่สะดุดตาคุณมากที่สุดเกี่ยวกับพวกพิวริตัน หรือพวกนักเทศน์แห่งยุคฟื้นฟูอีแวนเจลิคัลและการตื่นตัวครั้งใหญ่?

บทที่ 12 ข่าวประเสริฐถูกประกาศออกไป

แครีย์, จัดสัน, และขบวนการพันธกิจมิชชันสมัยใหม่

ข้อพระคัมภีร์หลัก: มัทธิว 28:18-20

"พระเยซูจึงเสด็จเข้ามาใกล้แล้วตรัสกับพวกเขาว่า 'สิทธิอำนาจทั้งหมดในสวรรค์ก็ดี ในแผ่นดินโลกก็ดีทรงมอบไว้แก่เราแล้ว เพราะฉะนั้น ท่านทั้งหลายจงออกไปและนำชนทุกชาติมาเป็นสาวกของเรา จงบัพติศมาพวกเขาในพระนามของพระบิดา พระบุตร และพระวิญญาณบริสุทธิ์ และสอนพวกเขาให้ถือรักษาสิ่งสารพัดที่เราสั่งพวกท่านไว้ และนี่แน่ะ เราจะอยู่กับท่านทั้งหลายเสมอไป จนกว่าจะสิ้นยุค"

ค.ศ. 1793 **วิลเลียม แครี ออกเดินทางไปอินเดีย**

ค.ศ. 1806 **เฮนรี มาร์ติน เดินทางถึงอินเดีย**

ค.ศ. 1813 **อโดนิรัม จัดสัน เดินทางถึงพม่า**

ค.ศ. 1854 **การเดินทางไปจีนครั้งแรกของฮัดสัน เทย์เลอร์**

ค.ศ. 1885 **ซี.ที. สตัดด์ เดินทางถึงจีน**

ค.ศ. 1931 **ซี.ที. สตัดด์ เสียชีวิตในแอฟริกา**

I. พระมหาบัญชาและพันธกิจมิชชันสมัยใหม่

- ภายหลักการฟื้นคืนพระชนม์ พระเยซูองค์พระผู้เป็นเจ้าทรงบัญชาผู้ติดตามของพระองค์ให้ออกไปเป็นพยานของพระองค์ทั่วโลก (มธ. 28:18-20; กจ. 1:8)
- ในศตวรรษที่ 16 เหล่านักปฏิรูปฝ่ายโปรเตสแตนต์อุทิศตนอย่างกล้าหาญเพื่อการแปลพระคัมภีร์และประกาศความจริงของพระคัมภีร์ การอุทิศตนแบบเดียวกันนี้เป็นลักษณะเด่นของขบวนการมิชชันนารีแห่งศตวรรษที่ 19 และ 20
- ขอให้พิจารณาตัวอย่างดังต่อไปนี้ของผู้เชื่อที่สัตย์ซื่อ ซึ่งน้อมรับพระมหาบัญชาของพระคริสต์อย่างจริงจัง ในการออกไปและนำชนทุกชาติมาเป็นสาวกของพระองค์

1. ____________________________ (ค.ศ. 1604-2690) เป็นผู้อพยพพิวริตันในนิวอิงแลนด์ ผู้ริเริ่มประกาศต่อชนพื้นเมืองอเมริกัน เป็นที่รู้จักในฉายา "อัครทูตถึงคนอินเดียนแดง" เขาได้แปลพระคัมภีร์เป็นภาษาพื้นเมืองของพวกเขา ช่วยก่อตั้งคริสตจักรต่างๆ และจุดประกายความมีใจแรงกล้าในงานมิชชันแก่ผู้อพยพคริสเตียนในโลกใหม่
2. จิตวิญญาณแบบมิชชันนารีข้างต้นสร้างแรงบันดาลใจให้กับผู้คน อาทิ ____________________________ (ค.ศ. 1718-1747) ที่จะอุทิศชีวิตในแบบเดียวกันเพื่อนำข่าวดีแห่งพระกิตติคุณไปถึงชนพื้นเมืองอเมริกัน
3. แม้ว่าเบรนเนิร์ดจะเสียชีวิตตอนอายุเพียง 29 ปี เพื่อนของเขา ____________________________ (ค.ศ. 1718-1747) ประทับใจอย่างมากในแรงผลักดันของมิชชันนารีหนุ่ม จนถึงขั้นที่เขาได้ปรับปรุงสมุดบันทึกของเบรนเนิร์ดและตีพิมพ์ออกมา ซึ่งต่อมา ตัวเอ็ดเวิดส์ก็ได้รับใช้เป็นมิชชันนารีต่อชนพื้นเมืองอเมริกันในเมืองสตอคบริดจ์ รัฐแมสซาชูเซตส์
4. ในปี 1785 ช่างทำรองเท้าชาวอังกฤษคนหนึ่งชื่อ ____________________________ (ค.ศ. 1761-1834) ได้อ่านสำเนาของหนังสือ *เรื่องราวชีวิตของสาธุคุณ เดวิด เบรนเนิร์ด* โดย โจนาธาน เอ็ดเวิร์ดส์ หนังสือเล่มนี้

มีอิทธิพลอย่างลึกซึ้งต่อความคิดของแครีย์ จุดไฟปรารถนาอันแรงกล้าในหัวใจของเขาให้นำข่าวประเสริฐไปยังอินเดีย วิลเลียม แครีย์ ออกเดินทางไปอินเดียในปี 1793 และขบวนการพันธกิจมิชชันยุคใหม่ได้ถือกำเนิดขึ้น

5. ตัวอย่างของแครีย์ส่งอิทธิพลต่อมิชชันนารีชาวอเมริกันที่ชื่อ ________________________ (ค.ศ. 1788-1850) แครีย์ได้สร้างแรงบันดาลใจให้คนอื่นๆ เช่นกัน โดยในปี 1802 นักเทศน์ชาวอังกฤษคนหนึ่งที่ชื่อ ____________________________ (ค.ศ. 1759-1836) กำลังกล่าวถึงสิ่งดีๆ ที่วิลเลียม แครีย์ กำลังกระทำในอินเดีย เมื่อได้ยินเรื่องราวนั้น ชายหนุ่มในที่ประชุมที่ชื่อ ___________________________ (ค.ศ. 1781-1812) ตัดสินใจว่า เขาจะไปอินเดียเช่นกัน แทนที่จะไปเข้าวิทยาลัยกฎหมาย

6. มาร์ตินเสียชีวิตตอนเป็นหนุ่ม กระนั้น บันทึกความทรงจำของเขามีอิทธิพลต่อผู้คนมากมายในอังกฤษ โดยเฉพาะอย่างยิ่ง ชีวประวัติของเขาได้ส่งผลกระทบอย่างสำคัญต่อ ___________________________ (ค.ศ. 1795-1853) ที่บางคนถือว่าเป็น "บิดาแห่งงานมิชชันโดยความเชื่อ" (โกรฟส์เป็นมิชชันนารีในดินแดนซึ่งปัจจุบันคือประเทศอิรักและต่อมาในอินเดีย) ในบันทึกความทรงจำของเขาเอง โกรฟส์เขียนไว้ว่า

> **แอนโธนี นอร์ริส โกรฟส์:** "วันนี้ข้าพเจ้าได้อ่านจบเป็นครั้งที่สอง บันทึกความทรงจำของ [เฮนรี] มาร์ติน. . . . จิตวิญญาณของข้าฯ ช่างชื่นชมและรักความมีใจแรงกล้า, การปฏิเสธตนเอง, และการอุทิศตนของเขาเหลือเกิน; งานของเขาช่างหลักแหลม ช่างไม่จีรัง; มันคือพลังฝ่ายวิญญาณและจิตใจแบบไหนกันท่ามกลางความอ่อนแอทางร่างกายและโรคภัยไข้เจ็บ! โอ ขอที่ข้าฯ จะได้รับการหนุนใจโดยตัวอย่างของเขาให้บากบั่นต่อไปเพื่อผลลัพธ์ที่ดีกว่าเดิม"[1]

7. ในปี 1825 โกรฟส์ตีพิมพ์จุลสารขนาดสั้นชื่อว่า *การอุทิศทุ่มเทแบบคริสเตียน* ซึ่งในนั้นเขาหนุนใจคริสเตียนให้ใช้ชีวิตอย่างมัธยัสถ์ เชื่อวางใจพระเจ้าในสิ่งที่พวกเขาขัดสน และอุทิศรายได้ส่วนใหญ่ให้กับพันธกิจประกาศทั่วโลก จุลสารนั้นส่งอิทธิพลสำคัญต่อความคิดของคนอย่าง ________________________ (ค.ศ. 1805-1898) และ ___________________________ (ค.ศ. 1832-1905) โดยได้หล่อหลอมวิธีคิดของพวกเขาเกี่ยวกับพันธกิจมิชชันอย่างมีนัยสำคัญ

8. ฮัดสัน เทย์เลอร์ เป็นมิชชันนารียุคใหม่คนแรกที่เข้าถึงภายในของประเทศจีน เขาได้สถาปนาองค์กร China Inland Mission และสรรหามิชชันนารีหลายร้อยคนเพื่อร่วมทำงานประกาศที่นั่น เมื่อถึงจุดหนึ่ง เทย์เลอร์เดินทางกลับอังกฤษเพื่อหนุนใจคนหนุ่มสาวคริสเตียนให้ไปร่วมงานกับเขาที่จีน นักกีฬาคริกเกตชาวเคมบริดจ์ผู้โด่งดังที่ชื่อว่า ________________________ (ค.ศ. 1860-1931) เป็นหนึ่งในหลายคนที่ได้รับอิทธิพลอย่างลึกซึ้งโดยการเทศนาของเทย์เลอร์ สตัดด์ได้ละทิ้งชีวิตอันสุขสบายไว้เบื้องหลังเพื่อรับใช้พระคริสต์ในต่างประเทศ มีนักศึกษาคนอื่นๆ อีกหกคนเข้าร่วมกับสตัดด์ และทั้งกลุ่มนี้กลายเป็นที่รู้จักในชื่อ "เดอะ เคมบริดจ์เซเว่น"

9. ชื่อเสียงที่สั่งสมมาโดย ซี.ที. สตัดด์ และ "เดอะ เคมบริดจ์เซเว่น" ในอังกฤษ โดยเฉพาะอย่างยิ่งในมหาวิทยาลัยอังกฤษต่างๆ มีอิทธิพลต่อช่วงเริ่มต้นขององค์กร Student Volunteer Movement for Foreign Missions (ก่อตั้งในปี 1886) ในอเมริกาเหนือ ภายใต้การนำของ ___________________________ (ค.ศ. 1837-1899) และ ___________________________ (ค.ศ. 1837-1911) ผู้เขียนชีวประวัติของ จอร์จ มุลเลอร์, นักศึกษาอเมริกันหลายร้อยคนได้เข้าร่วมขบวนการอาสาและอุทิศตนเองต่องานมิชชันนารีในต่างแดน

10. คำพยานของ ฮัดสัน เทย์เลอร์ ยังทรงอิทธิพลเป็นพิเศษต่อชีวิตของบรรดามิชชันนารีรุ่นต่อๆ มาอย่าง ________________________ (ค.ศ. 1837-1899), ___________________________ (ค.ศ. 1902-1945)

และ ______________________________ (ค.ศ. 1927-1956) ในการกล่าวถึงอิทธิพลดังกล่าว เอลิซาเบธ เอลเลียต อธิบายว่า:

> **เอลิซาเบธ เอลเลียต:** "ตอนที่ดิฉันเป็นนักศึกษามหาวิทยาลัย พ่อของดิฉันให้ยืมหนังสือชุดสองเล่มเรื่องชีวิตของฮัดสัน เทเลอร์ นักศึกษาอีกคนหนึ่ง จิม เอลเลียต อ่านมันเช่นกัน และนี่เป็นหนึ่งในหลายสิ่งสำคัญที่เขากับดิฉันมีเหมือนกัน นั่นคือ ความหิวกระหายที่จะดำเนินชีวิตในทางพระเจ้าในลักษณะนั้น ความปรารถนาของหัวใจมิชชันนารีที่แท้จริง"[2]

- ดังที่ประวัติศาสตร์ฉบับย่อนี้แสดงให้เห็น พันธกิจมิชชันเปรียบเสมือนเชื้อติดต่อ จากจอห์น เอลเลียต ถึง จิม เอลเลียต ห่วงโซ่อิทธิพลที่เห็นได้ชัดและความสัตย์ซื่อต่อข่าวประเสริฐสามารถสืบตามรอยจากมิชชันนารีผู้มีใจร้อนรนคนหนึ่งไปยังอีกคนหนึ่งได้
- นี่เป็นเพียงด้ายหนึ่งเส้นเล็กๆ ในผ้าม่านหลายลายอันวิจิตรงดงามที่พระเจ้าได้ทรงถักทอมาตลอดหลายศตวรรษ อย่างไรก็ตาม ประวัติศาสตร์แบบย่อนี้นำเสนอหนึ่งบทเรียนอันลึกซึ้งอย่างมีชีวิตชีวา นั่นคือ จงอย่าดูแคลนอิทธิพลอันทรงพลังของชีวิตที่ลงทุนอย่างเต็มขนาดในการรับใช้องค์พระเยซูเจ้า ความสัตย์ซื่อต่อพระคริสต์แบบยอมสละตนเองในรุ่นหนึ่งสามารถดังก้องกังวานไปถึงคนหลายรุ่นต่อไป

❖ **สำหรับการอภิปราย:** ขอให้ใช้เวลาในการอภิปรายถึงนัยสำคัญของพระมหาบัญชาสำหรับผู้เชื่อคริสเตียนยุคปัจจุบัน ไม่ว่าคุณได้ย้ายไปอยู่อีกประเทศหนึ่งหรือไม่ก็ตาม คุณจะทำอะไรได้บ้างเพื่อเป็นพยานที่สัตย์ซื่อถึงองค์พระเยซูเจ้า?

II. วิลเลียม แครีย์ (ค.ศ. 1761-1834)

- เป็นที่รู้จักในฐานะ "บิดาแห่งพันธกิจมิชชันสมัยใหม่" แครีย์ได้ช่วยก่อตั้ง ______________________________ ______________________________

จดบันทึก: ______________________________

____

____

____

____

____

____

____

- ในปี 1818 สถาบันมิชชันได้ก่อตั้งโรงเรียนฝึกอบรมสำหรับศิษยาภิบาล ซึ่งจัดการศึกษาให้แก่นักศึกษาโดยไม่จำกัดว่าพวกเขาจะมาจากชนชั้นวรรณะใด
- แครีย์เสียชีวิตในวันที่ 9 มิถุนายน 1834 โดยได้อุทิศชีวิตตนเองเพื่อความเจริญเติบโตของข่าวประเสริฐในประเทศ ______________________________ เขามีอิทธิพลอย่างใหญ่หลวงต่ออุดมการณ์พันธกิจมิชชันในศตวรรษที่ 19

❖ **สำหรับการอภิปราย:** หนึ่งในคำกล่าวอันโด่งดังของแครีย์คือ "จงคาดหวังสิ่งยิ่งใหญ่จากพระเจ้า และจงพยายามทำการยิ่งใหญ่เพื่อพระองค์" คุณมีความเห็นอย่างไรต่อประโยคนี้? มันได้สำแดงออกมาในชีวิตของแครีย์อย่างไร? จะมีความเปลี่ยนแปลงอะไรในชีวิตของคุณหากคุณนำมุมมองแบบประโยคนี้ไปใช้?

III. อโดนิรัม จัดสัน (ค.ศ. 1788-1850)

- อโดนิรัม จัดสัน เกิดในรัฐ ______________________________ เพียง 12 ปีภายหลังจากสหรัฐอเมริกาได้รับเอกราชจากอังกฤษ
- จดหมายฉบับหนึ่งที่เขาเขียนถึงว่าที่พ่อตาของเขาแสดงให้เห็นถึงความเชื่อมั่นอย่างไม่เปลี่ยนแปลงของเขาในพระคุณอันอำนาจอธิปไตยของพระเจ้าและฤทธานุภาพของข่าวประเสริฐ

> **อโดนิรัม จัดสัน:** "ตอนนี้ผมจะต้องถามว่าท่านจะยินยอมจากลากับลูกสาวของท่านในช่วงต้นฤดูใบไม้ผลิที่จะมาถึงนี้หรือไม่ครับ ที่จะไม่ได้พบกับเธออีกต่อไปในโลกใบนี้; ว่าท่านจะยินยอมให้เธอเดินทางออกไปยังดินแดนของคนที่ไม่รู้จักพระเจ้า รวมถึงการที่เธอต้องตกอยู่ในความลำบากและความทรมานของชีวิตมิชชันนารีได้หรือไม่; ว่าท่านจะยินยอมให้เธอเสี่ยงต่ออันตรายต่างๆ ของมหาสมุทร, ต่ออิทธิพลอันร้ายแรงของสภาพอากาศภาคใต้ของอินเดีย, ต่อความต้องการและความทุกข์ยากทุกรูปแบบ, ต่อการด้อยค่า, การดูหมิ่น, การข่มเหง, และแม้แต่การตายที่รุนแรงได้ไหมครับ?
>
> "ท่านจะยินยอมให้เกิดทุกอย่างนี้เพื่อเห็นแก่พระองค์ ผู้ทรงละจากพระนิเวศบนสวรรค์ของพระองค์ และสิ้นพระชนม์เพื่อลูกสาวของท่านและเพื่อท่าน, เพื่อเห็นแก่จิตวิญญาณที่กำลังพินาศ, เพื่อเห็นแก่ศิโยนและพระสิริของพระเจ้าไหมครับ? ท่านจะยินยอมให้เกิดสิ่งเหล่านี้ทั้งหมดด้วยหวังใจว่าจะได้พบลูกสาวของท่านในโลกแห่งพระสิริ พร้อมกับมงกุฎแห่งความชอบธรรมซึ่งถูกเสริมความสว่างไสวด้วยเสียงแซ่ซ้องสรรเสริญ ซึ่งจะสะท้อนกลับไปยังพระผู้ช่วยให้รอดของเธอ จากผู้ไม่เชื่อซึ่งถูกช่วยให้พ้นจากความวิบัติและสิ้นหวังชั่วนิรันดร์ผ่านชีวิตของเธอไหมครับ?"[3]

จดบันทึก: ______________________________

____

____

____

____

____

____

____

____

____

____

IV. ซี.ที. สตัดด์ (ค.ศ. 1860-1931)

- ชาร์ลส์ โทมัส สตัดด์ เกิดเมื่อวันที่ 2 ธันวาคม 1860 ในครอบครัวฐานะร่ำรวยในอังกฤษ สิบหกปีต่อมา โดยผ่านอิทธิพลของ ดี.แอล. มูดี้ เขาได้ต้อนรับพระเยซูคริสต์องค์พระผู้เป็นเจ้าด้วยความเชื่อที่ช่วยให้รอด

ซี.ที. สตัดด์: "ชื่อเสียงและคำเยินยอจะมีค่าอันใด . . . เมื่อมนุษย์คนหนึ่งต้องเผชิญกับนิรันดร์กาล?"[4]

ซี.ที. สตัดด์: "ผมรู้ว่ากีฬาคริกเกตจะไม่คงอยู่ตลอดไป และเกียรติยศก็จะไม่คงอยู่ตลอดไป ไม่มีสิ่งใดในโลกที่จะคงอยู่ตลอดไป แต่มันคุ้มค่าที่จะมีชีวิตอยู่เพื่อโลกที่กำลังจะมาถึง"[5]

ซี.ที. สตัดด์: "ผมจะใช้ช่วงเวลาหลายปีที่ดีที่สุดของชีวิตในการทำงานเพื่อตัวเอง เพื่อเกียรติยศและความสนุกเพลิดเพลินของโลกนี้ได้อย่างไร เมื่อจิตวิญญาณนับหลายพันดวงกำลังพินาศอยู่ทุกวัน?"[6]

จดบันทึก: ____________________

____

____

____

____

____

ซี.ที. สตัดด์: "วันหนึ่งข้าฯ สดับสองประโยคน้อย, เดินทางไปตามชีวาอลหม่าน;
มันนำความเชื่อมั่นสู่ใจข้าฯ, จากสำนึกข้าฯ มันไม่ร้างรา;
เพียงชีวิตเดียว ประเดี๋ยวผ่านไม่หวนคืน, เฉพาะการงานเพื่อพระคริสต์จะอยู่ยั่งยืน"

"เพียงชีวิตเดียว ชีวิตเดียวแน่นอน, ประเดี๋ยวโมงยามของมันก็ม้วยมรณ์
ใน 'วันนั้น' จักได้พบพระเจ้าของข้าฯ, และยืนต่อพระบัลลังก์พิพากษา
เพียงชีวิตเดียวประเดี๋ยวผ่านไม่หวนคืน, เฉพาะการงานเพื่อพระคริสต์จะอยู่ยั่งยืน"[7]

V. พิจารณาเรื่องการทรงเรียก

▶ ผลแห่ง_____เป็นผลงานฝีพระหัตถ์ของพระเจ้าโดยสิ้นเชิง อย่างไรก็ดี พระองค์ทรงใช้มนุษย์เป็นเครื่องมือในการบรรลุพระประสงค์ในการช่วยให้รอดของพระองค์ (รม. 10:9-15)

▶ โดยตระหนักถึงความจำเป็นที่จะต้องส่งมิชชันนารีออกไปมากขึ้น นักเทศน์ชาวอังกฤษผู้เลื่องชื่อ ชาร์ลส์ สเปอร์เจียน (ค.ศ. 1834-1892) ได้กระตุ้นให้พวกนักศึกษาที่วิทยาลัย Pastors College ของเขาให้ใคร่ครวญถึงการรับใช้ในต่างประเทศ คำกำชับกับนักศึกษาของเขา ถือเป็นสิ่งที่ท้าทายขั้นสุดท้ายให้กับเรา:

ชาร์ลส์ สเปอร์เจียน: "วันนี้ผมวิงวอนแทนคนเหล่านั้นที่ไม่สามารถวิงวอนเพื่อตนเอง นั่นคือ มวลชนในที่ห่างไกลจำนวนมากแห่งโลกผู้ไม่เชื่อ ธรรมาสน์ที่มีอยู่ของเราได้รับการสนองความต้องการเพียงพออย่างน่าพอใจ แต่เราต้องการผู้คนที่จะสร้างบนรากฐานใหม่ ใครล่ะจะทำสิ่งนี้? ในฐานะกลุ่มบุคคลที่สัตย์ซื่อ เราชัดเจนในมโนธรรมเกี่ยวกับผู้ไม่เชื่อหรือยัง? มีหลายล้านคนยังไม่เคยได้ยินพระนามของพระเยซู มีหลายร้อยล้านคนที่เคยเห็นมิชชันนารีเพียงครั้งเดียวในชีวิต และไม่รู้อะไรเลยเกี่ยวกับพระมหากษัตริย์ของเรา เราควรปล่อยให้พวกเขาพินาศหรือ? . . . ภยันตรายต่างๆ ที่อาจเกิดระหว่างงานมิชชั่นไม่ควรเหนี่ยวรั้งคนจริงคนไหนเอาไว้ เพราะแม้ว่าคนๆ นั้นอาจจะเก่งยอดเยี่ยมมาก แต่ในตอนนี้พวกเขาลดจำนวนลงเหลือน้อยเต็มทีแล้ว มีสถานที่อีกหลายร้อยแห่งที่ไม้กางเขนของพระคริสต์ยังไม่เป็นที่รู้จัก ที่ซึ่งเราสามารถไปเยือนได้แบบไร้ความเสี่ยง ใครบ้างล่ะที่จะไป?"[8]

❖ **สำหรับการอภิปราย:** คุณเคยพิจารณาถึงความเป็นไปได้ในการทำงานเป็นมิชชันนารีในต่างแดนหรือไม่ ไม่ว่าจะเป็นระยะสั้นหรือระยะยาว? ถ้าไม่เคย ทำไมไม่ทำล่ะ? หากเคยแล้ว คุณได้ใคร่ครวญถึงความเป็นไปได้นั้นโดยทำอย่างไร?

บทที่ 13

การต่อสู้เพื่อพระคัมภีร์

ผู้เชื่อที่สัตย์ซื่อในการเผชิญกับแนวคิดสมัยใหม่

ข้อพระคัมภีร์หลัก: 2 ทิโมธี 3:16-17

"จงหลีกเลี่ยงคำพูดที่ไร้คุณธรรมและโง่เขลา เพราะคำพูดอย่างนั้นจะนำคนไปสู่ความอธรรมมากยิ่งขึ้น และคำพูดของพวกเขาจะแพร่ออกไปเหมือนแผลเนื้อร้าย คนพวกนั้นมีฮีเมเนอัสกับฟีเลทัสรวมอยู่ด้วย"

ค.ศ. 1812
ปีก่อตั้งวิทยาลัยพระคริสตธรรมพรินซ์ตัน

ค.ศ. 1872
***ศาสนศาสตร์ระบบ* ของชาร์ลส์ ฮอดจ์**

ค.ศ. 1878
หลักข้อเชื่อไนแอการา

ค.ศ. 1910
ห้าหลักคำสอนสำคัญ (Five Fundamentals)

ค.ศ. 1925
การพิจารณาคดีสโกปส์

ค.ศ. 1942
สมาคมอีแวนเจลิคัลแห่งชาติ

I. พระคัมภีร์ถูกโจมตี

- ยุคเรืองปัญญาในยุโรปก่อให้เกิดความสงสัยเพิ่มมากขึ้นโดยมุ่งเป้าไปที่พระคัมภีร์ เพื่อเป็นการตอบโต้ ผู้เชื่อได้รวบรวมหลักคำสอนพื้นฐานสำคัญของความเชื่อคริสเตียนขึ้นมาเพื่อการปกป้องสัจจะความจริงและสิทธิอำนาจของพระคัมภีร์

จดบันทึก: ______________________________

____

____

____

____

____

____

____

____

____

____

____

____

❖ **สำหรับการอภิปราย:** ขอให้พิจารณาข้อพระคัมภีร์ของบทเรียนนี้อีกครั้ง (2 ทธ. 3:16-17) พระคัมภีร์กล่าวอ้างถึงตัวเองอย่างไร? คำกล่าวอ้างนั้นแตกต่างจากข้อโจมตีแบบตั้งแง่สงสัยของพวกเสรีนิยมทางศาสนศาสตร์อย่างไร?

II. ศาสนศาสตร์พรินซ์ตัน

- คริสตจักรแท้มีลักษณะเด่นอยู่ที่ความยึดมั่นของคริสตจักรที่มีต่อ:

1. ______________________________ **ของพระเจ้า (ในพระคัมภีร์):** คริสตจักรแท้ถือว่าพระคัมภีร์เท่านั้นเป็นสิทธิอำนาจสูงสุด บรรดาผู้ติดตามพระเยซูยอมเชื่อฟังพระองค์ด้วยการเชื่อฟังพระวจนะของพระองค์

   - **วอร์ฟีลด์:** "เช่นนั้น เมื่อเปาโลประกาศว่า 'พระคัมภีร์ทุกตอน' หรือ 'พระคัมภีร์ทั้งหมด' เป็นผลผลิตของลมหายใจของพระเจ้า, 'พระเจ้าทรงหายใจ', เขายืนยันด้วยสุดกำลังเท่าที่เขาจะทำได้ว่า พระคัมภีร์เป็นผลงานแห่งพระราชกิจของพระเจ้าอย่างเฉพาะเจาะจง[1]

   - **วอร์ฟีลด์:** "พระคัมภีร์เป็นพระวจนะของพระเจ้าในลักษณะที่ว่า เมื่อพระคัมภีร์ว่าอย่างไร [เท่ากับว่า] พระเจ้าตรัส[2]

   - **วอร์ฟีลด์:** "ดังนั้น ในทุกทางที่เป็นไปได้ นับตั้งแต่แรกคริสตจักรได้ให้คำพยานของตนเอง (และยังเป็นเช่นนั้นในยุคปัจจุบัน) ถึงความเชื่อของคริสตจักรเองในความน่าไว้วางใจของพระคัมภีร์ ในคำยืนยันต่างๆ ของพระคัมภีร์ไม่ว่าในลักษณะใดก็ตาม. . . . คริสตจักรเชื่อเสมอมาว่าพระคัมภีร์เป็นหนังสือของพระเจ้า หนังสือที่พระเจ้าทรงเป็นผู้ประพันธ์ โดยที่ทุกคำยืนยันของมันไม่ว่าในลักษณะใดก็ตามจะต้องได้รับการเทิดทูนในฐานะพระดำรัสของพระเจ้า พระดำรัสแห่งความจริงที่ไม่ผิดพลาดและสิทธิอำนาจ"[3]

2. ______________________________ **ของพระเจ้า (ในความรอด):** คริสตจักรแท้เข้าใจว่าคนบาปถูกนับว่าเป็นคนชอบธรรมโดยพระคุณพระเจ้าผ่านทางความเชื่อนอกเหนือจากการกระทำ พวกเขาตระหนักว่าความรอดอาศัยพระราชกิจของพระเยซูคริสต์เป็นรากฐานโดยสิ้นเชิง ผู้ทรงฟื้นคืนพระชนม์ด้วยกายเนื้อจากหลุมฝังศพ

   - **วอร์ฟีลด์:** "เรามีเพียงพระผู้ช่วยให้รอดพระองค์เดียว และผู้นั้นคือพระเยซูคริสต์ องค์พระผู้เป็นเจ้าของเรา ไม่มีสิ่งใดในตัวเราและไม่มีสิ่งใดที่เรากระทำจะสามารถเป็นเหตุให้พระเจ้าทรงยอมรับเราได้แม้แต่น้อย พระพระเยซูทรงกระทำทั้งสิ้นแล้ว"[4]

   - **วอร์ฟีลด์:** "พวกศัตรูของไม้กางเขนหันหนีจากหลุมพระศพว่างเปล่าของพระเยซูด้วยความผิดหวังที่ไม่อาจซ่อนเร้น. . . . พระคริสต์ทรงเป็นขึ้นจากตายแล้ว! แม้ผ่านไปสองพันปีแห่งการโจมตีอย่างจงใจที่สุดต่อหลักฐานที่สำแดงความจริงนี้ ความจริงดังกล่าวก็ยืนหยัดอยู่ และตราบเท่าที่ยังเป็นเช่นนั้น ความเชื่อคริสเตียนก็เช่นกันที่จะต้องยืนหยัดในฐานะศาสนาเหนือธรรมชาติเพียงหนึ่งเดียว"[5]

3. ______________________________ **ต่อพระเจ้า (ในจิตวิญญาณและความจริง):** คริสตจักรแท้นมัสการต่อพระเจ้าตรีเอกานุภาพ (พระบิดา พระบุตร และพระวิญญาณบริสุทธิ์) ในความบริสุทธิ์ของการอุทิศตนและความบริสุทธิ์ของหลักคำสอน ซึ่งรวมถึงการยืนยันอย่างชัดเจนถึงความเป็นพระเจ้าของพระคริสต์

   - **วอร์ฟีลด์:** "ความเป็นพระเจ้าของพระคริสต์เป็นสารละลายอยู่ในทุกหน้าของพันธสัญญาใหม่ ทุกถ้อยคำที่กล่าวถึงพระองค์, ทุกถ้อยคำที่รายงานว่าพระองค์ตรัสเกี่ยวกับพระองค์เอง, ล้วนถูกเขียนบนสมมติฐานว่าพระองค์ทรงเป็นพระเจ้า และนั่นคือเหตุผลว่าทำไม 'คำวิจารณ์' ที่บอกตัวเองว่าจะกำจัดคำพยานของพระคัมภีร์ใหม่ถึงความเป็นพระเจ้าของพระคริสต์ของเราได้มอบงานอันสิ้นหวังให้แก่ตนเอง พันธสัญญาใหม่เองอาจต้องถูกทำลาย เราไม่อาจหลบอยู่เบื้องหลังคำพยานนี้ เพราะความเป็นพระเจ้าของพระคริสต์เป็นเงื่อนไขหลักของทุกถ้อยคำของพันธสัญญาใหม่"[6]

- **วอร์ฟิลด์:** "หากพระคริสต์ไม่ได้เป็นขึ้นมาจากความตาย เราคงจะไม่เชื่อว่าพระองค์ทรงเป็นอย่างที่พระองค์ได้ประกาศถึงพระองค์ เมื่อพระองค์ 'ทำตัวเสมอพระเจ้า' แต่พระองค์ทรงเป็นขึ้นจากตายยืนยันทุกคำกล่าวอ้างของพระองค์เอง ด้วยการนี้เท่านั้นที่พระองค์ได้รับการสำแดงโดยสมบูรณ์ว่าเป็นพระบุตรเพียงพระองค์เดียวของพระเจ้า ผู้ซึ่งเสด็จมาในโลกเพื่อนำโลกกลับคืนดีกับพระองค์เอง มันเป็นข้อเท็จจริงพื้นฐานในความมั่นใจอันไม่สั่นคลอนของคริสเตียนที่มีต่อ 'บรรดาถ้อยคำแห่งชีวิตเหล่านี้'"[7]

❖ **สำหรับการอภิปราย:** หนึ่งในหลักการของความเชื่อคริสเตียนที่วอร์ฟิลด์ได้ปกป้องคือความสำคัญทางประวัติศาสตร์ของการฟื้นคืนพระชนม์ของพระคริสต์ ขอให้อ่าน 1 โครินธ์ 15:14-20 เหตุใดการฟื้นคืนพระชนม์จึงมีความสำคัญอย่างมากต่อความเชื่อคริสเตียน?

III. กำเนิดของแนวคิดรากฐานนิยม

- คำว่า "นักรากฐานนิยม" (fundamentalist) โดยทั่วไปแล้วมีความหมายแฝงในทางลบในวัฒนธรรมร่วมสมัย แต่ดังที่ได้กล่าวไปแล้ว แนวคิดรากฐานนิยมเริ่มต้นขึ้นในฐานะขบวนการที่ประกอบด้วยพวกคริสเตียนที่ ______________________________ ______________________

- ในปลายศตวรรษที่ 19 และต้นศตวรรษที่ 20 ขบวนการนี้ประกอบด้วยนักประกาศที่มีชื่อเสียง อาทิ ______________________ (ค.ศ. 1837-1899), ______________________________ (ค.ศ. 1843-1921) และ ______________________________ (ค.ศ. 1882-1935)

- ในปี 1910 สมัชชาใหญ่แห่งคริสตจักรเพรสไบทีเรียนได้กำหนด "ห้าหลักคำสอนสำคัญ" (five fundamentals) หลักคำสอนรากฐานเหล่านี้ประกอบด้วย:

  1. ____
  2. ____
  3. ____
  4. ____
  5. ____

  หลักคำสอนสำคัญ: "พระวจนะที่มีชีวิตจะต้องดำรงสถานะเพื่อคู่คิดของทุกคนที่หันมาใช้มันสำหรับความช่วยเหลือที่ไม่อาจหาได้ที่อื่นในโลกของคนตายแห่งนี้ ในการเข้าหาพระคัมภีร์เราไม่ได้มองตัวเองว่ากำลังกลับไปหาหนังสือแห่งอดีตอันไกลโพ้น ไปหาสิ่งโบราณ; แต่เราเขาหามันเหมือนเข้าหาหนังสือแห่งปัจจุบัน—หนังสือที่มีชีวิต และแน่นอนมันเป็นเช่นนั้น หนังสือที่ดำรงอยู่ในพลังแห่งชีวิตที่ไม่สิ้นสุด และสามารถที่จะเสริมสร้างเราและมอบมรดกแก่เราท่ามกลางทุกคนที่ได้รับการชำระให้บริสุทธิ์"[8]

  หลักคำสอนสำคัญ: "ลูเธอร์กล่าวว่า เขาศึกษาพระคัมภีร์เหมือนกับการเก็บผลแอปเปิ้ล ลำดับแรก เขาเขย่าทั้งต้น เพื่อที่ผลสุกที่สุดจะร่วงลงมา จากนั้นเขาปีนต้นไม้และเขย่าแต่ละกิ่ง และเมื่อเขาได้เขย่าครบทุกกิ่ง เขาเขย่าแต่ละก้านสาขาและทุกกิ่งเล็ก จากนั้นมองใต้ใบแต่ละใบ ขอให้เราสำรวจพระคัมภีร์ทั้งหมด; เขย่าทั้งต้น; อ่านมัน

อย่างรวดเร็วเหมือนกับที่คุณอ่านหนังสือเล่มอื่นๆ; จากนั้นเขย่าแต่ละกิ่ง อ่านแต่ละพระธรรมเล่มต่อเล่ม; จากนั้นเขย่าทุกก้านสาขา โดยให้ความสนใจต่อบทต่างๆ ที่อ่านไม่เข้าใจ ต่อจากนั้นเขย่าทุกกิ่งเล็กกิ่งน้อย โดยศึกษาย่อหน้าและประโยคต่างๆ อย่างระมัดระวัง และคุณจะได้รับบำเหน็จ เมื่อคุณพิจารณาใต้ใบแต่ละใบ ด้วยการค้นหาความหมายของคำต่างๆ"[9]

หลักคำสอนสำคัญ: "เราไม่รู้วันหรือเวลาที่องค์พระผู้เป็นเจ้าจะเสด็จมาหรือจะทรงเรียกเรา; และเราอยากจะเพียบพร้อม ทั้งในแง่ตัวตนที่บริสุทธิ์และวัฒนธรรมอันสง่างามของเมืองสวรรค์ เรามุ่งหวังที่จะคุ้นชินกับประวัติศาสตร์ของการไถ่โทษบาป และความลึกลับของราชอาณาจักร เราไม่ควรปรารถนาที่จะดูเป็นคนแปลกหน้าที่เงอะงะอยู่ในพระนิเวศแห่งแสงสว่างของพระบิดา เราสามารถได้รับการชำระให้บริสุทธิ์และวัฒนธรรมแห่งชีวิตและมารยาท โดยการทำความคุ้นเคยและร่วมมหาสนิทอย่างสม่ำเสมอกับพระเจ้าและพวกธรรมิกชนผ่านพระวจนะ. . . . พระวจนะของพระเจ้าเป็นแผนภูมิที่ระบุก้อนหินและปะการังทุกชิ้นในท้องทะเลแห่งชีวิต; หากเราระมัดระวัง และแล่นเรือเล็กอันบอบบางของเราผ่านมันไป เราจะเดินทางเข้าไปยังที่พักพิงอย่างปลอดภัย"[10]

จดบันทึก: _____
_____
_____
_____
_____
_____
_____

❖ **สำหรับการอภิปราย:** คำว่า "นักรากฐานนิยม" มีความหมายแฝงเชิงลบในการใช้คำนี้ในยุคร่วมสมัย แต่ในเชิงประวัติศาสตร์ มันหมายถึงพวกคริสเตียนที่เชื่อในพระคัมภีร์และเต็มใจที่จะต่อสู้เพื่อความจริงของพระคัมภีร์ ขอให้อ่านยูดา 1-4 โดยอาศัยพระธรรมตอนนั้น คุณจะประเมินขบวนการรากฐานนิยมในช่วงแรกเริ่มอย่างไร?

IV. รากฐานนิยม vs สมัยใหม่นิยม

▶ ในช่วงต้นทศวรรษ 1900s สงครามเชิงอุดมการณ์เกิดขึ้นท่ามกลางนิกายใหญ่ต่างๆ ในอเมริกา ระหว่างคริสเตียนที่เชื่อพระคัมภีร์และพวกเสรีนิยมทางศาสนศาสตร์ สิ่งนี้เป็นที่รู้จักในชื่อว่า วิวาทะ "รากฐานนิยม-สมัยใหม่นิยม"

จดบันทึก: _____
_____
_____
_____
_____
_____
_____

สำหรับการอภิปราย: หนึ่งในข้อท้าทายที่พวกรากฐานนิยมได้เผชิญในช่วงเวลานี้ คือ จะแยกตัวออกจากนิกายที่กำลัง
ถลำเข้าไปสู่แนวคิดเสรีนิยมทางศาสนศาสตร์เมื่อใด ขอให้อ่าน 2 โครินธ์ 6:14-18 พระธรรมตอนนี้สอนอะไรเกี่ยวกับ
การแยกตัวออกจากพวกผู้ที่ไม่เชื่อและพวกละทิ้งความเชื่อ? คุณคิดว่าข้อพระคำเหล่านั้นถูกตีความและประยุกต์ใช้
โดยผู้นำของพวกรากฐานนิยมในทศวรรษ 1920s และ 30s อย่างไร?

V. กำเนิดของความเชื่อแบบอีแวนเจลิคัล

▶ ในช่วงทศวรรษ 1940s กลุ่มคริสเตียนผู้เชื่อในพระคัมภีร์ได้ก่อตั้งองค์กรหนึ่งชื่อว่า _____
_____

▶ คำว่า _____ มาจากคำในภาษากรีกสำหรับคำว่า _____ หาก
พวกอีแวนเจลิคัลซื่อตรงต่อทั้งชื่อกลุ่มและมรดกของพวกเขา พวกเขาจะต้องไม่ลืมมุ่งเน้นที่การประกาศข่าวประเสริฐของ
พระเยซูคริสต์อย่างถูกต้องและกล้าหาญ

จดบันทึก: _____
_____
_____
_____
_____
_____

❖ **สำหรับการอภิปราย:** คุณนึกถึงอะไรเมื่อได้ยินคำว่า *อีแวนเจลิคัล?* เนื่องจากมันมาจากคำในภาษากรีกสำหรับคำว่า
"พระกิตติคุณ" หรือ "ข่าวประเสริฐ" เราจะนิยามความเชื่อแบบอีแวนเจลิคัลว่าอย่างไร?

VI. การยืนหยัดมั่นคงในยุคสมัยนี้

▶ หากพวกอีแวนเจลิคัลจะยืนหยัดมั่นคงในยุคสมัยนี้ พวกเขาจะต้องวางรากฐานความเชื่อมั่นของพวกเขาไว้โดยอาศัย
เสาหลักคำสอนต่างๆ ที่เรียบเรียงไว้โดยพันธสัญญาใหม่

   ▶ ประการแรก เราต้องยึดมั่นในสิทธิอำนาจของพระคำพระเจ้าอย่างไม่หวั่นไหว การยึดมั่นใน "พระคัมภีร์เท่านั้น" ของ
   นักปฏิรูปควรเป็นการยึดมั่นของเราเช่นกัน

      ▶ การยึดถือหลักคำสอนต่างๆ อย่างการได้รับการดลใจ ความไม่ผิดพลาด และความเพียงพอของพระคัมภีร์อาจ
      ทำให้เราไม่เป็นที่นิยม

      ▶ แต่หากเป้าหมายของเราคือ *ความสัตย์ซื่อ* การต้องเลือกระหว่างการถวายเกียรติแด่พระเจ้าและการเอาใจมนุษย์
      ย่อมเป็นสิ่งที่ตัดสินใจไม่ยาก (กิจการ 5:29)

      ▶ บทเรียนนี้มีหัวเรื่องว่า "การต่อสู้เพื่อพระคัมภีร์" กลุ่มรากฐานนิยมซึ่งมีความสำคัญทางประวัติศาสตร์ ได้ต่อสู้
      อย่างแน่วแน่เพื่อความจริงแห่งพระคัมภีร์ ในการเผชิญกับการโจมตีของฝ่ายเสรีนิยม

- ▶ โดยคล้ายคลึงกัน มรดกของความเชื่อแบบอีแวนเจลิคัล—โดยย้อนกลับไปที่ยุคปฏิรูปและก่อนหน้านั้น—มีต้นตอ
  มาจากการยึดมั่นในสิทธิอำนาจและความเพียงพอของพระคำพระเจ้า

- ▶ หากเราจะเป็นผู้สัตย์ซื่อ เราจะต้องมีจุดยืนอยู่บนความจริงของพระคำพระเจ้าเช่นเดียวกัน

▶ ประการที่สอง เราจะต้องต่อสู้เพื่อความบริสุทธิ์ของข่าวประเสริฐ คนบาปได้รับความรอดด้วยพระคุณเท่านั้นผ่านทาง
ความเชื่อเท่านั้น โดยมีพื้นฐานอยู่บนพระราชกิจที่สำเร็จแล้วของพระคริสต์เท่านั้น

- ▶ ความรักของเราที่มีต่อพระคริสต์ควรกระตุ้นให้เราเป็นพยานต่อโลก

- ▶ บางครั้งบางคราว การยึดมั่นในความจริงแห่งพระกิตติคุณของเราอาจหมายความว่า เราไม่สามารถยอมให้กับหรือ
  ร่วมมือกับกลุ่มหรือขบวนการต่างๆ ที่บิดเบือนข่าวประเสริฐ (กท. 1:6-9)

- ▶ ความชัดเจนของข่าวประเสริฐเป็นสิ่งที่โลกรอบตัวเราโหยหาอย่างยิ่ง ในยุคที่เราถูกสอนว่าความจริงเป็นสิ่งสัมพัทธ์
  และทุกระบบความเชื่อถูกต้องเท่าๆ กัน มันจึงเรียกร้องความกล้าหาญแห่งพระกิตติคุณในการประกาศข้อความ
  พิเศษเรื่องความรอดผ่านทางพระเยซูคริสต์ แต่นั่นคือข้อความสำคัญที่ผู้คนจำเป็นต้องได้ยิน

    กิจการ 4:12—"ในผู้อื่นความรอดไม่มีเลย เพราะว่านามอื่นซึ่งให้เราทั้งหลายรอดได้นั้น ไม่โปรดให้มีท่ามกลาง
    มนุษย์ทั่วใต้ฟ้า"

▶ ประการสุดท้าย เราควรจะทำทุกอย่างนี้ในฐานะการนมัสการเพื่อพระสิริของพระเจ้าเท่านั้น

- ▶ ในทางหลักคำสอน เราดูที่พระวจนะของพระเจ้าเพื่อเข้าใจผู้ที่พระองค์ทรงเป็น เพื่อว่าเราจะได้นมัสการพระองค์
  อย่างถูกต้อง

    ความจริงของพระคัมภีร์จะต้องครอบครองทั้งการนมัสการส่วนตัวและการนมัสการร่วมกันของเรา เช่นนั้นเอง
    คริสตจักรต่างๆ ควรดูที่พระวจนะของพระเจ้าในการกำหนดวิธีการจัดพิธีนมัสการของตน—แทนที่จะยอม
    ดำเนินตามกระแสการนมัสการที่ขับเคลื่อนโดยความบันเทิง ดังที่ได้กล่าวไปแล้ว *ความสัตย์ซื่อ* จะต้องเป็น
    เป้าหมาย หาใช่การได้รับความนิยม

- ▶ ในแง่ศีลธรรม เราพยายามเชื่อฟังพระบัญญัติของพระองค์ด้วยความรักที่มีต่อพระองค์ เราต้องการชีวิตทั้งหมด
  ของเราเป็นการถวายนมัสการอันเป็นที่ชอบพระทัย (รม. 12:-12)

▶ ดังที่เราได้อภิปรายในบทที่ 1 เราปรารถนาที่จะเป็นผู้ที่มีความเข้าใจที่ถูกต้องในพระวจนะของพระเจ้า พระราชกิจของ
พระเจ้า และการนมัสการต่อพระเจ้า

▶ พรักพร้อมด้วยความเชื่อมั่นตามพระคัมภีร์ เราสามารถยืนหยัดมั่นคงในยุคสมัยแห่งประวัติศาสตร์คริสตจักรยุคนี้ เรา
ตระหนักว่าความแข็งแกร่งซึ่งช่วยเราทำเช่นนี้ได้ไม่ได้เกิดมาจากข้างในตัวเรา แต่พบได้ในพระคริสต์

▶ พระองค์ทรงเป็นทั้งองค์เจ้านายของคริสตจักรและองค์เจ้าหน้าของประวัติศษสตร์ ขอพระสิริจงมีแด่พระองค์ตลอดไปเป็น
นิตย์ อาเมน.

❖ **สำหรับการอภิปราย:** ผู้เชื่อคริสเตียนจะยืนหยัดมั่นคงในยุคสมัยนี้ได้อย่างไร อะไรคือหนึ่งบทเรียนที่คุณได้เรียนรู้จาก
การศึกษาประวัติศาสตร์คริสตจักรของคุณ?

NOTES

INTRODUCTION

1. These principles are adapted from Nathan Busenitz, "Things That Should Not Be Forgotten: Why Church Leaders Should Care about Church History," n *Right Thinking in a Church Gone Astray*, ed. Nathan Busenitz (Eugene, OR: Harvest House, 2017), 123–141 Used by permission.

LESSON 1

1. For more on this topic, see Nathan Busenitz, "The Ground and Pillar of the Faith: The Witness of Pre-Reformation History to the Doctrine of *Sola Scriptura*," in The Inerrant Word, ed. John MacArthur (Wheaton, IL: Crossway, 2016).

2. Irenaeus, *Against Heresies*, 3.1.1. Trans. from *Ante-Nicene Fathers*, eds. Alexander Roberts and James Donaldson, 10 vols. (Reprint, Peabody, MA: Hendrickson, 1994), 1:414. Hereafter ANF.

3. Basil, *On the Holy Spirit*, 66. Trans. from *Nicene and Post-Nicene Fathers*, Second Series, eds. Philip Schaff and Henry Wace, 14 vols. (Reprint, Peabody, MA: Hendrickson, 1994), 8:229. Hereafter *NPNF2*.

LESSON 3

1. Clement, *First Clement*, 32:4. Trans. from Michael W. Holmes, *The Apostolic Fathers: Greek Texts and English Translations*, 3rd ed. (Grand Rapids: Baker Academic, 2007), 87. Hereafter, *AF*. Note that divine pronouns have been capitalized to maintain formatting consistency. Also see *ANF*, 1:13.

2. Ignatius, *Epistle to the Magnesians*, 9. Trans. from *ANF* 1:62.

3. Polycarp, *Epistle to the Philippians*, 1. Trans. from *AF* 281. See *ANF* 1:33.

4. Polycarp, *Epistle to the Philippians*, 2.1. Trans. from *AF* 283. See *ANF* 1:33.

5. Polycarp, *Epistle to the Philippians*, 6.3. Trans. from *AF* 289. See *ANF* 1:34.

6. Polycarp, *Epistle to the Philippians*, 8.1–2. Trans. from *AF* 289–91. See *ANF* 1:35.

7. Polycarp, *Epistle to the Philippians*, 10.1. Trans. from *AF* 291. See *ANF* 1:35.

8. *The Martyrdom of Polycarp*, 19. Trans. from *ANF* 1:43.

9. *The Didache*, 1.1–2. Trans. from *AF* 345.

10. *The Didache*, 2.1–2. Trans. from *AF* 347.

11. *Epistle to Diognetus*, 9.2–6. Trans. from *ANF* 1:28.

LESSON 4

1. Justin, *First Apology*, 67. Trans. from *ANF* 1:186.

2. Irenaeus, *Against Heresies*, 3.1.1. Trans. from *ANF* 1:414.

3. Irenaeus, *Against Heresies*, 3.4.1–2. Trans. from *ANF* 1:417.

4. Tertullian, *Prescription Against Heresies*, 7. Trans. from *ANF* 3:246.

LESSON 5

1. Gregory of Nyssa, *On the Holy Trinity, and of the Godhead of the Holy Spirit*. Trans. from *NPNF2* 5:327.

2. Ignatius, *Letter to the Ephesians*, 18.2. Trans. from *AF* 197. See also *Letter to the Ephesians*, 19.3; Ignatius, *Letter to the Romans*, 3.3; Ignatius, *Letter to the Smyrnaeans*, 1.1. In finding a number of the patristic citations in this section, I am indebted to John Ankerberg and John Weldon, *Knowing the Truth about the Trinity* (Chattanooga, TN: ATRI Publishing, 2011).

3. Ignatius, *Letter to Polycarp*, 3.2. Trans. from *AF* 265.

4. Polycarp, *Philippians*, 12:2. Trans. from *AF* 295.

5. *Epistle of Barnabas*, 5.5. Trans. from *AF* 393.

6. Justin Martyr, *Dialogue with Trypho*, 36. Trans. from *ANF* 1:212.

7. Justin Martyr, *Dialogue with Trypho*, 63; *ANF* 229. See also Justin Martyr, *First Apology*, 63; Justin Martyr, *Dialogue with Trypho*, 126.

8. Tatian, *Address to the Greeks*, 21. Trans. from *ANF* 2:74.

9. Melito, *Fragments*, 5. Trans. from *ANF* 8:757.

10. Irenaeus, *Against Heresies*, 3.19.2. Trans. from *ANF* 1:449.

11. Irenaeus, *Against Heresies*, 1.10.1. Trans. from *ANF* 1:330.

12. Irenaeus, *Against Heresies*, 4.5.2. Trans. from *ANF* 1:467.

13. Irenaeus, *Against Heresies*, 4.6.7. Trans. from *ANF* 1:469.

14. Clement of Alexandria, *Exhortation to the Heathen*, 1. Trans. from *ANF* 2:173.

15. Tertullian, *Treatise on the Soul*, 41. Trans. from *ANF* 3:221.

16. Tertullian, *Apology*, 21. Trans. from *ANF* 3:34–35.

17. Caius, *Fragments*, 2.1. Trans. from *ANF* 5:601.

18. The Nicene Creed. Trans. adapted from Stephen Nichols, *For Us and For Our Salvation* (Wheaton, IL: Crossway, 2007), 96.

LESSON 6

1. Augustine, *The Spirit and the Letter*, 13 (22). PL 44.214–15. Trans. from *Nicene and Post-Nicene Fathers*, First Series, ed. Philip Schaff, 14 vols. (Reprint, Peabody, MA: Hendrickson, 1994), 5:93. Hereafter, *NPNF1*.

2. Augustine, *To Simplician—On Various Questions*, 1.2.5. Trans. from Burleigh, *Augustine: Earlier Writings* (Louisville: Westminster John Knox, 1953), 389. See also Augustine, Epistle 194.3.7.

3. Augustine, *Exp. prop.* Rom. 20. Trans. from Oden, *The Justification Reader* (Grand Rapids: Eerdmans, 2002), 145.

4. Augustine, *C. du. ep. Pelag*. 1.21.39. Trans. from Elowsky, *We Believe in the Holy Spirit* (Downers Grove, IL: InterVarsity Press, 2009), 96.

5. Augustine, *Enarrat*. Ps., 31.7. Trans. from John E. Rotelle, *Expositions of the Psalms* 1–32 (Hyde Park: New City Press, 2000), 11.370.

6. Augustine, *Enarrat*. Ps., 55.12 [56.11]. Trans. from *NPNF1* 8:222. English updated for clarity.

7. Augustine, *Letters*, 214.3. Trans. from Bray, *1–2 Corinthians*, Ancient Christian Commentary on Scripture: New Testament (Downers Grove, IL: InterVarsity, 1999), 39. Cf. Augustine, *Letters 204–270*, Fathers of the Church, trans. Wilfrid Parsons (Washington, DC: The Catholic University of America Press, 1981), 60.

8. Augustine, *Letters*, 214.4. Trans. from *NPNF1* 5:438. See also Augustine, *Gest. Pelag*. 14.34.

9. Augustine, *Letters*, 82.3. For a more detailed discussion of patristic quotes related to Scripture, see William Webster, *Holy Scripture: The Ground and Pillar of Our Faith*, vol. 2 (Battle Ground, WA: Christian Resources, 2001).

10. Augustine, *Sermons* 23.3. Trans. from Peter Gorday, ed., *Colossians, 1–2 Thessalonians, 1–2 Timothy, Titus, Philemon*. Ancient Christian Commentary on Scripture: New Testament. (Downers Grove, IL: InterVarsity Press, 2000) comment on 2 Tim. 3:16.

11. Augustine, *Letters*, 28.3, to Jerome. Trans. from *NPNF2* 1:251–252.

12. Augustine, *The City of God*, 11.3. Trans. from *NPNF1* 2.206.

13. Augustine, *The City of God*, 21.6.1.

14. Augustine, *Reply to Faustus*, 11.5.

15. Augustine, *The Unity of the Church*, 3; cited from Martin Chemnitz, *Examination of the Council of Trent*, 4 vols., trans. Fred Kramer (St. Louis: Concordia, 1971), 1.157.

16. Augustine, *The Unity of the Church*, 3; as cited by Chemnitz, *Examination of the Council of Trent*, 1.157.

17. Augustine, *Contra Maximin*. Arian. 2.14. Trans. from *NPNF1* 8.704. See also George Salmon, *The Infallibility of the Church* (Grand Rapids: Baker Book House, 1959), 295.

18. Augustine, *On Christian Doctrine*, 2.9.

19. Augustine: *On the Good of Widowhood*, 2. Trans. from *NPNF1* 3.442.

20. John Chrysostom, *Hom. Rom. 7* (on Rom. 3:27). Trans. from *NPNF1* 11.379.

21. John Chrysostom, *Hom. Rom. 9* (on Rom. 5:2). Trans. from *NPNF1* 11.396. English updated slightly.

22. John Chrysostom, *Hom. Eph.* (on Eph. 2:8). Trans. from Oden, *The Justification Reader*, 44.

23. John Chrysostom, *Hom. Col. 5* (on Col. 1:26–28). Trans. from Elowsky, *We Believe in the Holy Spirit*, 98. Cf. *NPNF1* 13.280.

24. John Chrysostom, *Hom. 1 Tim.* (on 1 Tim. 1:15–16). Trans. from Elowsky, *We Believe in the Holy Spirit*, 98.

25. John Chrysostom, Homily on John 17:17. Trans. from Elowsky, *John 11–21*, Ancient Christian Commentary on Scripture, 252.

26. Chrysostom, *Concerning the Statutes*, Homily 1.14.

27. Chrysostom, *2 Timothy*, Homily 9.

28. Chrysostom, *Against Marcionists and Manichaens*, 1.

LESSON 7

1. Excerpt from the Expanded Nicene Creed. Trans. adapted from Thomas Richey, *The Nicene Creed and the Filioque* (New York: E. & J. B. Young, 1884), 33.

2. The Chalcedonian Creed. Trans. adapted from *The Catechism of the Catholic Church*, Second Edition (New York: Doubleday, 2012), 467. For more on Chalcedon, see Richard Price and Mary Whitby, *Chalcedon in Context* (Liverpool: University of Liverpool, 2009).

LESSON 8

1. Anselm, *Cur Deus hom.*, 2.21. *PL* 158.430. Trans. from Janet Fairweather. In *Anselm of Canterbury: The Major Works*, edited by Brian Davies and G. R. Evans (Oxford: Oxford University Press, 1998), 354.

2. Anselm, *Meditatio* 9. *PL* 158.757. Trans. from *Meditations and Prayers to the Holy Trinity and our Lord Jesus Christ*, translated by E. P. B. (Oxford: John Henry Parker, 1856). 83–84. English updated for clarity.

3. Anselm, *Meditatio* 9. *PL* 158.865. Trans. from *Meditations and Prayers*, 187–88. English updated for clarity.

4. Attributed to Anselm of Canterbury, *Admon. mor*. PL 158:686–687. Trans. from *Meditations and Prayers*, 275–77. English updated for clarity. Even if not from Anselm directly, this exchange illustrates the heart of a twelfth- or thirteenth-century Christian author.

5. Bernard of Clairvaux, *Fest. omn. sanct.* 1.11. PL 183.459. Trans. from George Stanley Faber, *The Primitive Doctrine of Justification Investigated,* 2nd ed. (London: Seely and Burnside, 1839), 185.

6. Bernard of Clairvaux, *Serm. Cant.* 50.2. *PL* 183.1021. Trans. from *Honey and Salt: Selected Spiritual Writings of Saint Bernard of Clairvaux*, ed. John F. Thornton and Susan B. Varenne (New York: Random House, 2007), 170.

7. Bernard of Clairvaux, *Serm. Cant.* 2.8. *PL* 183.793. Trans. adapted from Pedersen, "The Significance of the *Sola Fide* and the *Sola Gratia* in the Theologies of Bernard of Clairvaux (1090–1153) and Martin Luther (1483–1546)," online at: https://web.augsburg.edu/~mcguire/EMWPedersen_Bernard_Luther.pdf (accessed February 27, 2020).11.

8. Bernard of Clairvaux, *Epist*. 190.6. *PL* 182.1065. Trans. from John Mabillon, ed., *Life and Works of Saint Bernard, Abbot of Clairvaux*, trans. Samuel J. Eales (London: John Hodges, 1889), 2:580–581.

9. Bernard of Clairvaux, *Serm. Cant.* 22.8. PL 183.881. Trans. adapted from Franz Posset, *Pater Bernhardus: Martin Luther and Bernard of Clairvaux* (Collegeville, MN: Cistercian Publications, 2000), 186.

10. Bernard as recorded by William of St. Thierry, S. *Bern. vit. prim.* 1.12. *PL* 185.258. Trans. from Alban Butler, *The Lives of the Fathers, Martyrs, and Other Principal Saints*, vol. 8 (Dublin: James Duffy, 1845), 231. English updated for clarity.

LESSON 9

1. John Wycliffe, *Truth and Meaning of Scripture*, cited from *Life and Times of John Wycliffe* (London: Religious Tract Society, 1884), 116–117.

2. John Wycliffe, *Truth and Meaning of Scripture*, cited from *Life and Times of John Wycliffe*, 129–130.

3. John Whycliffe, *Truth and Meaning of Scripture*, cited from *Life and Times of John Wycliffe*, 117.

4. John Wycliffe, *How the Office of Curates Is Ordained by God*, 28; cited from *Writings of the Reverend and Learned John Wycliffe* (London: Gospel Tract Society, 1831), 185.

5. John Wycliffe, *Antichrist's Labour to Destroy Holy Writ*, 1; cited from *Writings of John Wycliffe*, 172.

6. John Wycliffe, *Wicket*, cited from *Writings of John Wycliffe*, 156.

7. John Wycliffe, *Saints Day Sermon*; cited from *Life and Times of John Wycliffe*, 142.

8. Jan Hus, cited from *550 Years of Jan Hus' Witness* (World Alliance of Reformed Churches, 1965), 1–2.

9. Jan Hus, *De Ecllesia*, cited from Matthew Spinka, *John Hus' Concept of the Church* (Princeton, NJ: Princeton University Press, 1966), 121.

10. Jan Hus, cited from "John Huss," *Christianity Today*, online at: https://www.christianitytoday.com/history/ people/ martyrs/john-huss.html.

LESSON 10

1. Martin Luther, cited from Larry Stone, *The Story of the Bible* (Nashville: Thomas Nelson, 2010), 65.

2. Martin Luther, cited from J. H. Merle D'Aubigne, *History Of The Reformation Of The Sixteenth Century* (New York: Robert Carter and Brothers, 1850), 185.

3. Martin Luther, "Lectures on Galatians, 1535," in *Luther's Works*, vol. 26, trans. Jaroslav Pelikan (St. Louis: Concordia, 1963), 57–58.

4. Martin Luther, cited in James M. Kittelson and Hans H. Wiersma, *Luther the Reformer* (Minneapolis: Fortress Press, 2016), 96.

5. Martin Luther, trans. from Roland Bainton, *Here I Stand* (Nashville: Abingdon Press, 2013), 182.

6. Martin Luther, "Two Kinds of Righteousness," in *Martin Luther's Basic Theological Writings* (Minneapolis: Fortress, 1989), 156–158. Cited from William Webster, *The Gospel of the Reformation* (Battle Ground, WA: Christian Resources, 1997), 72–73.

7. Martin Luther, *Commentary on Galatians*, trans. Erasmus Middleton, ed. John Prince Fallowes (Grand Rapids: Kregel, 1979), 172. English updated for clarity.

8. John Calvin, *Institutes of the Christian Religion*, 1559 ed., Library of Christian Classics 20–21, ed. by John T. McNeil, trans. by Ford Lewis Battles, 2 vols. (Philadelphia: The Westminster Press, 1960), 1:726–27.

9. Calvin, *Institutes of the Christian Religion*, 3.11.23. Battles, 1:753.

10. John Calvin, *A Little Book on the Christian Life*, trans. and eds. Aaron Clay Denlinger and Burk Parsons (Orlando, FL: Reformation Trust, 2017), 11.

11. John Calvin, *Institutes of the Christian Religion*, Battles, 1:13. 12.

12. John Calvin, *Institutes of the Christian Religion*, Battles, 1:41.

LESSON 11

1. To read all of Edwards's Resolutions, see *Jonathan Edwards, Jonathan Edwards' Resolutions and Advice to Young Converts*, ed. Stephen J. Nichols (Phillipsburg, NJ: P&R Publishing, 2001).

LESSON 12

1. Anthony Norris Groves, *Journal of a Residence at Bagdad: During the Years 1830 and 1831* (London: James Nisbet, 1832), 228.

2. Elisabeth Elliot in *World Christian: Today's Missions Magazine*, vol. 7 (1988), 29.

3. Adoniram Judson, cited from *The Missionary Review of the World*, vol. 13, eds. J. M. Sherwood and A. T. Pierson (New York: Funk & Wagnals, 1890), 562.

4. C. T. Studd, cited from *C. T. Studd: Cricketer and Pioneer*, by Norman Grubb (Cambridge: Lutterworth Press, 2014), 33.

5. Ibid.

6. Ibid., 35.

7. Poem by C. T. Studd.

8. Charles H. Spurgeon, "Forward!" in *An All-Around Ministry* (Carlisle, PA: Banner of Truth, 2000), 55–57.

LESSON 13

1. B. B. Warfield, *The Inspiration and Authority of the Bible* (Phillipsburg, NJ: P&R, 1990), 133.

2. B. B. Warfield, cited in Roy B. Zuck, *Basic Bible Interpretation* (Colorado Springs, CO: David C. Cook, 2002), 7.

3. B. B. Warfield, "The Inspiration of the Bible," 614–640, *Bibliotheca Sacra* 51/104 (October 1894), 621.

4. Benjamin B. Warfield, *The Power of God Unto Salvation* (Philadelphia: Presbyterian Board of Education, 1903), 49.

5. Benjamin B. Warfield, "Christianity and the Resurrection of Christ," in *The Bible Student and Teacher: January to June 1908*, vol. 8 (New York: American Bible League, 1908), 282.

6. B. B. Warfield, "The Deity of Christ," in *The Fundamentals: A Testimony to the Truth*, ed. R. A. Torrey, A. C. Dixon, et al. (Los Angeles: Bible Institute of Los Angeles, 1917), 2:239–46.

7. B. B. Warfield, "The Resurrection of Christ a Fundamental Doctrine," 281–298, in *The Homiletic Review* 32/4 (October 1896), 296.

8. Philip Mauro, "Life in the Word," *The Fundamentals*, 2:168.

9. A. C. Dixon, "The Scriptures," *The Fundamentals*, 4:270–271.

10. George Pentecost, "What the Bible Contains for the Believer," *The Fundamentals*, 4:278–79, 84.

เกรซบรรณสาร

พันธกิจ

เกรซบรรณสารเป็นโครงการภายใต้มูลนิธิมหกิจพระคุณของแบ๊บติสต์ในประเทศไทย จัดตั้งขึ้นเพื่ออบรมคริสตจักรไทยเกี่ยวกับวรรณกรรมพระคัมภีร์เชิงปฏิรูปเพื่อถวายพระเกียรติสิริแด่พระเจ้า เราปรารถนาที่จะเป็นผู้นำในการสร้างสรรค์หนังสือวรรณกรรมและแหล่งข้อมูลของหนังสือต่าง ๆ เพื่อถวายพระเกียรติแด่พระคริสต์และส่งเสริมหลักการของพระคัมภีร์

วิสัยทัศน์

เราปรารถนาชูใจคริสเตียนไทยรายบุคคลเพื่อเติบโตขึ้นในความเชื่อและรู้สึกมีความมั่นใจในการเสวนากับคนอื่นๆ ในเรื่องพระเยซูคริสต์เราปรารถนาที่จะหนุนใจคนทั่วไปที่กำลังศึกษาหรืออยากศึกษาคริสตศาสนาเป็นครั้งแรกให้สามารถเจาะลึกลงไปข้างในได้ และเราอยากช่วยเหลือผู้คนภายนอกคริสตจักรที่กำลังตั้งคำถามเกี่ยวกับความเชื่อของพวกเขาและเห็นความเชื่อมโยงเกี่ยวกับคริสตศาสนาเรามุ่งมั่นที่จะแบ่งบันแนวความคิดแบบคริสเตียนที่เป็นนวัตกรรมใหม่เพื่อให้ผู้คนจากทุกภูมิหลังสามารถมีความเข้าใจเกี่ยวกับความเชื่อของคริสเตียนได้

ติดต่อ สอบถามข้อมูลเพิ่มเติม ได้ที่:

www.GraceBannasan.com

www.GraceBannasan.com

facebook.com/gracebannasan

@gracebannasan

instagram/gracebannasan

The Master's Academy International
www.tmai.org
publishing@tmai.org